ഗ്രീൻ ബുക്സ്

ഗുരുഹൃദയം

എന്റെ ഫേൺഹിൽ ദിനങ്ങൾ

സുഗത പ്രമോദ്

പാലക്കാട് ജില്ലയിൽ ജനനം.
വളർന്നതും പഠിച്ചതും എറണാകുളം, ഇടപ്പള്ളിയിൽ.
എറണാകുളം മഹാരാജാസിൽ കോളേജ് വിദ്യാഭ്യാസം.
പ്രവാസിശബ്ദത്തിലും ഗുരുകുലം മാസികയിലും
സ്ഥിരമായി എഴുതുന്നുണ്ട്.

ഗുരുഹൃദയം

എന്റെ ഫേൺഹിൽ ദിനങ്ങൾ

സുഗത പ്രമോദ്

ഗ്രീൻ ബുക്സ്

green books private limited
gb building, civil lane road, ayyanthole,
thrissur- 680 003, kerala
ph: +91 487-2381066, 2381039
website: www.greenbooksindia.com
e-mail: info@greenbooksindia.com

(malayalam)
guruhrudayam
(memoirs)
by
sugatha pramod

first published october 2016

cover design : rajesh chalode

branches:
thrissur 0487-2422515
palakkad 0491-2546162
kannur 0497-2763038
thiruvananthapuram 9846670899

isbn : 978-93-86120-63-2

GBPL/833/2016

മുഖക്കുറിപ്പ്

ഗുരു നിത്യയോടൊത്തുള്ള ദിനങ്ങൾ

ഒരു ഫേസ്ബുക്ക് സൗഹൃദത്തിൽ നിന്നാണ് സുഗതയെ കണ്ടെത്തുന്നത്. കണ്ണുനീരുറവപോലെയുള്ള ആ ഭാഷ തന്നെയായിരുന്നു സുഗതയുടെ സൗന്ദര്യം. പിന്നീടത് യതിയെക്കുറിച്ചുള്ള ഒരു പുസ്തകത്തിലെത്തി കുന്നിൻപുറത്തെ ഒരു ചാമരമായി വിടർന്നു നിൽക്കുന്നു.

ആത്മീയതയ്ക്ക് ഒരു വ്യക്തമായ വിശകലനം നൽകാൻ ആധുനികശാസ്ത്രത്തിന് കഴിഞ്ഞിട്ടുണ്ടോ എന്നു സംശയമാണ്. ആധുനിക ശാസ്ത്രത്തിന്റെ അളവുകോലുകൾ ഉപയോഗിച്ചുകൊണ്ട് വേദങ്ങളെയും ഉപനിഷത്തുക്കളെയും ശ്രീനാരായണീയ ദർശനങ്ങളെയും വ്യാഖ്യാനിക്കുന്നതിൽ, ഭാരതീയചിന്താധാരകളെ കണ്ടെത്തുന്നതിൽ, ലോകസാഹിത്യത്തെയും കലയേയും ദർശനങ്ങളെയും ശാസ്ത്രസത്യങ്ങളെയും ഉൾക്കൊള്ളുന്നതിൽ ഗുരുനിത്യചൈതന്യയതി പ്രകടിപ്പിച്ച അസാമാന്യപ്രതിഭ അദ്ഭുതാവഹമാണ്. പ്രഭാഷകൻ, എഴുത്തുകാരൻ, കലാകാരൻ എന്നീ നിലയിൽ അദ്ദേഹത്തിന് സവിശേഷമായ ഒരു സ്ഥാനമാണുള്ളത്. ആർഷചൈതന്യം ഉൾക്കൊള്ളുന്ന മഹാത്മാവായ ഒരു ഋഷിവര്യനുമാണദ്ദേഹം. എങ്കിലും അമാനുഷികശക്തികളൊന്നും തന്നെ അവകാശപ്പെടാത്ത ഒരു സന്ന്യാസിശ്രേഷ്ഠൻ, സ്നേഹവും കാരുണ്യവുമായിരുന്നു ആ മനസ്സു നിറയെ. അത് ഏറ്റവും കൂടുതൽ അനുഭവിച്ചവരിലൊരാൾ ഈ പുസ്തകമെഴുതിയ സുഗതയും. നേരിൽ കണ്ടുമുട്ടിയവർക്കെല്ലാം അദ്ദേഹം വലിയൊരു സ്വാധീനവും മറക്കാനാവാത്തവിധം ഒരു വിസ്മയാനുഭവവുമായിരിക്കും. ബൃഹത്തായ ഒരു ലൈബ്രറിയും ആശ്രമത്തിലുണ്ടായിരുന്നു. ആദ്ധ്യാത്മിക ചർച്ച മാത്രമല്ല, ലോകസാഹിത്യം, ദർശനം, ചിത്രകല തുടങ്ങിയവയുടെ ചർച്ചകളും സംവാദങ്ങളുംകൊണ്ട് ഫേൺഹിൽ ആശ്രമം ഒരു മഹത്തായ കലാലയം പോലെയായിരുന്നു. ലോകത്തിന്റെ പല ഭാഗത്തുനിന്നും ധാരാളം പേർ അവിടെ വന്നും പോയുംകൊണ്ടിരുന്നു. അവരിൽ പലരും അവിടത്തെ

അന്തേവാസികളായി ഏറെക്കാലം ജീവിച്ചു. അക്കൂട്ടത്തിൽ നാൻസി ആന്റി, ബേബിയേച്ചി, പ്രിൻസേട്ടൻ, ജ്യോതിചേച്ചി, ഹസിനേച്ചി, മാർഗരറ്റ് മാം, വിനയ ചൈതന്യ തുടങ്ങി പരിമിത മായ കുറച്ചുപേരെ മാത്രമാണ് സുഗത പരാമർശിക്കുന്നത്. ഒരർത്ഥ ത്തിൽ ഈ കൃതി, ഗുരുവിന്റെ അന്ത്യകാലഘട്ടങ്ങൾക്ക് സാക്ഷ്യം വഹിച്ച ഷൗക്കത്തിന്റെ ഓർമ്മപ്പുസ്തകത്തിന്റെ അനുബന്ധ മായും കാണാം. സുഗതയുടെ ഈ കൃതി, പക്ഷേ ഒരു നൊമ്പ രക്കൂടാണ്. ഗുരുവിനെ ഹൃദയത്തിൽ പ്രതിഷ്ഠിച്ചവർക്ക് അത് ഒരു അശ്രുപൂജയാണ്. പതിനഞ്ചാം വയസ്സിൽ ആശ്രമകന്യകയായി വന്ന്, ഗുരുവിന്റെ കാല്പാദങ്ങളിൽ സ്വയം സമർപ്പിച്ച ഒരു ജീവിത മായിരുന്നു സുഗതയുടേത്. അമ്പരപ്പിക്കുന്ന ഒരു വായനാനുഭവം സുഗതയുടെ ഈ പുസ്തകത്തിലുണ്ട്. ഒരു സന്ന്യാസിശ്രേഷ്ഠൻ എന്ന നിലവിട്ട് ഗുരുവിന് പിതൃസഹജമായ ചില ശാഠ്യങ്ങൾ ഉണ്ടാ യിരുന്നു. സുഗതയുടെ വിവാഹം പോലും അങ്ങനെയൊന്നിന്റെ പരിണിതഫലമായിരുന്നു. ഗുരു എന്തിനുവേണ്ടിയായിരുന്നു ഇത്ര മാത്രം വേപഥു കൊണ്ടിരുന്നത്?

കൃഷ്ണദാസ്
മാനേജിങ് എഡിറ്റർ

സൗഹൃദത്തിലെ അപൂർവ്വസുഗന്ധം

ഷൗക്കത്ത്

സുഗതയുടെ കുറിപ്പുകൾക്ക് ആമുഖമെഴുതാൻ പല പ്രാവശ്യമായി ഇരിക്കുന്നു. അപ്പോഴെല്ലാം ഗുരുവും സുഗതയും പ്രമോദും ഞാനും ഒന്നിച്ചൊരിടത്ത് മൗനമായി ഇരിക്കുന്നതുപോലെ തോന്നും. പിന്നെ എഴുതാൻ മറന്ന് ആ മൗനത്തിലങ്ങനെ ഇരിക്കും. അവസാനം ഒരു തെന്നൽ വന്ന് ആ മഞ്ഞുപാളിയെ അലിയിപ്പിക്കും. ഞാനെഴുന്നേറ്റ് മറ്റെന്തെങ്കിലും ജോലിയിലേക്കു പ്രവേശിക്കും.

ചിലത് അങ്ങനെയാണ്. നമുക്ക് എഴുതാനാവില്ല. പറയാനാവില്ല. ഹൃദയത്തിലങ്ങനെ തങ്ങിനിൽക്കും. വിങ്ങി നിൽക്കും. ഒരു ഇരുപത്തിമൂന്നു വയസ്സുകാരൻ ഒരു ഗുരുവിനൊപ്പം താമസിക്കാനിട വരിക. അത് അറിവിന്റെയും സൗന്ദര്യത്തിന്റെയും പാരസ്പര്യം വഴിഞ്ഞൊഴുകുന്ന ജീവത്തായ ഒരന്തരീക്ഷത്തിലാവുക. സദാ ആഹ്ലാദകരമായ ജ്ഞാനധാരയുടെ പ്രവാഹം പോലെയുള്ള ഗുരുവിനു ചുറ്റും പൂമ്പാറ്റകളെപ്പോലെ കുറെയാളുകളങ്ങനെ കഴിയുക. അതിലൊരാളായി ഈ ചെറുപ്പക്കാരനും ഉണ്ടാവുക. അവിടേക്ക് എങ്ങുന്നോ പാറിപ്പറന്ന് ഒരു തുമ്പി കടന്നു വരിക. ആ തുമ്പിക്ക് ഗുരുവുമായി വർഷങ്ങളായുള്ള ബന്ധവും അടുപ്പവും സ്വാതന്ത്ര്യവും ഉണ്ടെന്നറിയുക. ഏതോ കാരണത്താൽ ആ തുമ്പിയുമായി സൗമ്യമായ ആ അന്തരീക്ഷത്തിൽ ആഴമേറിയ ഒരു സൗഹൃദം സാദ്ധ്യമാകുക. വല്ലാത്തൊരു അനുഗൃഹീതമായ അനുഭവംതന്നെയായിരുന്നു അത്.

ഗുരുവിനോടൊപ്പം ഫേൺഹിൽ ഗുരുകുലത്തിൽ കഴിയുമ്പോൾ ലഭിച്ച ഏറ്റവും വലിയ ഒരനുഗ്രഹമായിരുന്നു സുഗതയുമായുള്ള സൗഹൃദം. എന്തു പേരിട്ടു വിളിക്കണമെന്ന് ഇന്നും അറിയില്ല. പക്ഷേ, ആ ബന്ധത്തിൽ സ്നേഹമുണ്ടായിരുന്നു. സത്യമുണ്ടായിരുന്നു. അതിനേക്കാളെല്ലാമുപരി ഗുരുസാന്നിദ്ധ്യമുണ്ടായിരുന്നു. ആ പാരസ്പര്യത്തിലേക്കാണ് പ്രമോദ് കടന്നു

വരുന്നത്. ഞാനെപ്പോഴും എന്നോടു ചോദിക്കാറുണ്ട്. പ്രമോദിനോട് തോന്നുന്ന ബന്ധത്തിന് എന്തേ ഇത്ര ആഴമെന്ന്. ആദ്യ കൂടിക്കാഴ്ചയിൽതന്നെ ഞങ്ങളിൽ സംഭവിച്ച ഒരു കുളിരുണ്ട്. അധികമൊന്നും ഞങ്ങൾ സംസാരിക്കാറില്ല. പരസ്പരമുള്ള ചിരിയാണ് ഞങ്ങളുടെ സംഭാഷണം. കാണുമ്പോഴെല്ലാം പരസ്പരം കെട്ടിപ്പിടിച്ചു നിൽക്കും. രണ്ടുപേരുടെയും കണ്ണു നിറയും. ഞങ്ങൾ ഒന്നിച്ചിരിക്കുമ്പോഴെല്ലാം അവിടെ ഞങ്ങളുടെ അഭാവവും ഗുരുനിത്യയുടെ സാന്നിദ്ധ്യവുമാണ് ഏറെയും അന്തർഭവിച്ചിട്ടുള്ളത്. ഇന്നും വല്ലപ്പോഴും മാത്രം വിളിക്കുകയും അപൂർവ്വമായി മാത്രം കാണുകയും ചെയ്യുന്ന സൗഹൃദമാണ് ഞങ്ങളുടേത്. എന്നാൽ ആ ബന്ധത്തിന്റെ ആഴം ഞങ്ങളെപോലും പലപ്പോഴും അദ്ഭുതപ്പെടുത്താറുണ്ട്.

സുഗതയും പ്രമോദും വിവാഹിതരാകണമെന്നുള്ള ഗുരുവിന്റെ തീരുമാനത്തിൽ എന്റെ ഹൃദയം അത്രയും സന്തോഷിച്ചത് അത് പ്രമോദ് ആയതുകൊണ്ടു മാത്രമാകും. കാരണം സുഗത ഗുരുകുലം വിട്ടുപോകുന്നത് ആ സമയത്ത് എനിക്കത്ര സന്തോഷമുള്ള കാര്യമായിരുന്നില്ല. ഗുരു ഏല്പിക്കുന്ന പല ജോലികളും ഞങ്ങൾ ഒന്നിച്ചാണ് ചെയ്തിരുന്നത്. അടുക്കളയിൽ ഒന്നിച്ചിരുന്ന് ഭക്ഷണം കഴിച്ച് ഞങ്ങൾ കുറെ സംസാരിച്ചിരിക്കുമായിരുന്നു. ഇടയ്ക്ക് നടക്കാൻ പോകുമായിരുന്നു. ഒരേയിടത്ത് കഴിയുമ്പോഴും എത്രയോ കത്തുകളാണ് ഞങ്ങൾ പരസ്പരം എഴുതിയിട്ടുള്ളത്! അന്ന് അതെല്ലാം പകർന്നുതന്നിട്ടുള്ള ആശ്വാസം ചെറുതല്ല. പെട്ടെന്നൊരു ദിവസം അതില്ലാതാവുകയെന്നാൽ പ്രയാസംതന്നെയായിരിക്കും. എന്നാൽ പ്രമോദിനൊപ്പമാണ് സുഗത പോകുന്നതെന്നതുകൊണ്ടാവാം എന്റെ നോവുകളെല്ലാം പൊടുന്നനെ ആവിയായിപ്പോവുകയാണുണ്ടായത്.

ഗുരുവിന്റെ സമാധി കഴിഞ്ഞ് പതിനേഴു വർഷത്തിനു ശേഷവും ഞങ്ങൾ മൂന്നുപേരുടെയും സൗഹൃദം അതിന്റെ എല്ലാ സൗരഭ്യത്തോടുംകൂടി മുറിയാതെ ഒഴുകുന്നു. ഞങ്ങളുടെ ജീവിതം അതിന്റെ ഏറിമാറിത്തിരിയലുകളിൽ ആടിയും പാടിയും പല വഴികളിലൂടെയാണ് ഒഴുകി നീങ്ങുന്നതെങ്കിലും ഗുരുകാരുണ്യം ചേർത്തുവെച്ച ആ സൗഹൃദം ഒരു തേയ്മാനവുമേല്ക്കാതെ തുടരുന്നത് ബന്ധങ്ങൾ ബന്ധനങ്ങളല്ലെന്നും അതു ജീവിതത്തെ കൂടുതൽ അയവുള്ളതാക്കാൻ സഹായിക്കുന്ന അനുഗ്രഹമാണെന്നും അനുഭവിപ്പിക്കുന്നു.

ഇന്നീ കുറിപ്പുകളിലൂടെ ഞാൻ വായിച്ചുപോകുമ്പോൾ ഞാനറിയാതെ പോയെ ഗുരുവിനെയും സുഗതയേയും കൂടുതൽ

തെളിമയോടെ കാണുന്നു. അനുഭവിക്കുന്നു. അതെന്നിൽ നിറയ്ക്കുന്ന കൃതജ്ഞത എങ്ങനെയാണ് പറയേണ്ടതെന്ന് എനിക്കറിയില്ല. സ്നേഹത്തിന് ഇഷ്ടത്തിന്റെ മുഖം മാത്രമല്ല ഹിതത്തിന്റെ മുഖംകൂടിയുണ്ടെന്ന് ഗുരു പറയാറുണ്ട്. തന്നോടു ചേർന്നു നിൽക്കുന്നവരെ ഹിതകരമായ വഴിയിലൂടെ തിരിച്ചു വിടാൻ ഗുരു അനുഭവിക്കേണ്ടി വന്നിട്ടുള്ള നോവുകളോർക്കുമ്പോൾ ആ ഹൃദയത്തിനു മുന്നിൽ എന്നത്തേയുംപോലെ പ്രണയാതുരനായി നിന്നുപോകുകയല്ലാതെ മറ്റൊന്നും ചെയ്യാനില്ല.

സത്യത്തിന് ഒരു മുഖമേയുള്ളൂ എന്നു പറയുന്നത് സൂര്യരശ്മി തടവുന്ന മഞ്ഞുതുള്ളിക്ക് ഒരു നിറമേയുള്ളൂ എന്നു പറയുന്നതുപോലെ നിരർത്ഥകമാണെന്ന് ഗുരു പറയാറുണ്ട്. ഗുരു എന്നത് വർണ്ണവൈവിധ്യങ്ങളുടെ നിറമാലയാണ്. തന്റെ ഹൃദയം ഒപ്പിയെടുത്ത വർണ്ണത്തെയാണ് സുഗത ഇവിടെ ഹൃദ്യമായ ഭാഷയിൽ നമുക്കു പകർന്നു നൽകുന്നത്. ഗുരു നിത്യ പിതാവും മാതാവും അദ്ധ്യാപകനും കുഞ്ഞും കാമുകനും കാമുകിയും സഹോദരനും സഹോദരിയും സുഹൃത്തും ഒക്കെയായി വിരിഞ്ഞു വരുന്ന അപൂർവ്വപുഷ്പമാണെന്ന് പലപ്പോഴും അനുഭവിച്ചിട്ടുണ്ട്. ആ അനുഭവത്തിന്റെ മറ്റൊരു ഹൃദയസാക്ഷ്യമാണ് സുഗത നമുക്കു മുന്നിൽ അവതരിപ്പിക്കുന്നത്. കാരുണ്യവും വാത്സല്യവുമാണ് ഗുരുവിലൂടെ പുലർന്നു നിൽക്കുന്ന സുഗന്ധമെന്ന് ഈ കുറിപ്പുകൾ നമ്മെ അനുഭവിപ്പിക്കുന്നു. കണ്ണു നിറയാതെ നമുക്കീ വരികളിലൂടെ കടന്നുപോകാനാവില്ല. കണ്ണു നനയ്ക്കാത്ത അറിവുകളെല്ലാം വിരസവും നിരർത്ഥകവുമാണെന്നു പറയുന്ന ഒരു ഗുരുവിനോടൊത്തുള്ള ജീവിതം വായിക്കുമ്പോൾ അതങ്ങനെയാവാതെ വയ്യല്ലോ!

നിത്യാന്തരംഗം എന്ന പേരിൽ ഗുരുവിനോടൊത്തുള്ള ജീവിതം പുസ്തകമായി ഞാനെഴുതിയിട്ടുണ്ട്. ഗുരുവിനോട് ഏറെ അടുത്തിടപഴകാൻ കഴിഞ്ഞിട്ടുള്ള ഗുരുശരൺ ജ്യോതിയും ഗുരുവിന്റെ സന്ന്യാസിശിഷ്യയായ ജ്ഞാനമയി ഇന്ദിരാദേവിയും പുസ്തകമായി ഗുരുവിനോടൊത്തുള്ള ജീവിതം പകർന്നുതന്നിട്ടുണ്ട്. പലരും ഗുരുവൊത്തുള്ള അനുഭവങ്ങൾ ഓർമ്മക്കുറിപ്പുകളായി എഴുതിയിട്ടുണ്ട്. അതെല്ലാം വായിക്കുമ്പോൾ എത്ര വൈവിദ്ധ്യമാർന്ന വ്യക്തിത്വത്തിനുടമയായിരുന്നു ഗുരു നിത്യ എന്നു കണ്ട് നാം ആശ്ചര്യപ്പെട്ടുപോകും. അപൂർവ്വമായി മാത്രം സംഭവിക്കുന്ന പ്രതിഭാസംപോലെയാണ് ഗുരുവിനെ എന്നും അനുഭവിച്ചിട്ടുള്ളത്. ഇപ്പോൾ സുഗതയെ വായിക്കുമ്പോഴും ഗുരു വീണ്ടും എന്നെ ആശ്ചര്യപ്പെടുത്തുന്നു. പിതൃതുല്യമായ ആ വാത്സല്യത്തിന്റെ മഹനീയതയ്ക്കുമുന്നിൽ ശിരസ്സു നമിച്ചു

പോകുന്നു. ഇനിയും ഇതുപോലുള്ള അനുഭവങ്ങളുടെ വായനയ്ക്കായി ഹൃദയം കാത്തിരിക്കുന്നു. ഗുരുവിനോട് ആഴത്തിൽ പാരസ്പര്യത്തിൽ കഴിഞ്ഞ അനേകരുണ്ട്. അവരിലൂടെയും പുതിയ ആകാശങ്ങളുമായി ഗുരു നമുക്കു മുന്നിലെത്തുമെന്ന് ആശിക്കാം.

ഒരിക്കലും എഴുതിത്തീർക്കാനാവാത്ത സാന്നിദ്ധ്യമാണ് ഗുരു. സുഗതയുടെ സത്യസന്ധവും സരളവുമായ ആവിഷ്കാരത്തിലൂടെ അതീവഹൃദ്യമായ ഗുരുഹൃദയം നമുക്കു പകർന്നു കിട്ടിയിരിക്കുന്നു. ഗ്രീൻ ബുക്സിലൂടെ പുസ്തകമായി വരുമ്പോൾ അത് കൂടുതൽ വായനക്കാരിലേക്കെത്തുമെന്നതിൽ സംശയമില്ല. എല്ലാവിധ സ്നേഹത്തോടെയും പ്രാർത്ഥനയോടെയും എനിക്കേറെ പ്രിയപ്പെട്ട ആത്മമിത്രത്തിന്റെ ഈ ഹൃദയമൊഴികളിലേക്ക് നിങ്ങളെ സ്വാഗതം ചെയ്യുന്നു. അതിനവസരം നൽകിയ സുഗതയ്ക്കു നിറഞ്ഞ സ്നേഹം....

■

ഗുരുഹൃദയം

ഒന്ന്

യതിയെക്കുറിച്ച് എന്തെങ്കിലും ഒരോർമ പങ്കുവയ്ക്കാമോ എന്നു പ്രിയ സുഹൃത്ത് ചോദിച്ചപ്പോൾ ആദ്യം ഞാനൊന്നു പകച്ചുപോയി. കാരണം എന്റെ ഓർമ എന്നു പറയുന്നതുതന്നെ ഗുരുവാണ്. എന്തിനെക്കുറിച്ച് പറയാൻ തുടങ്ങിയാലും അതു ചെന്നെത്തുക ഗുരുവിലായിരിക്കും. അതെന്റെ മാത്രം കാര്യമല്ല. നിത്യഗുരുവിനെ അറിഞ്ഞവരെല്ലാം അങ്ങനെയാണ്.

ഗുരുവിനോടൊപ്പമുള്ള എന്റെ കുട്ടിക്കാലം. ഇന്നും എന്റെ ഉള്ളു നീറ്റുന്ന ഒരനുഭവമുണ്ട്. ഗുരുവിന്റെ കൂടെ ഒരു യാത്രയിലായിരുന്നു ഞാൻ. കേരളത്തിന്റെ വടക്കേയറ്റം മുതൽ തെക്കേയറ്റം വരെ. കൂടെ കുറച്ചു പേർ ഉണ്ട്. കണ്ണൂരും കോഴിക്കോടുമൊക്കെയായി ഗുരുവിന്റെ ക്ലാസുകൾ നിരന്തരം നടക്കുകയാണ്. അന്ന് കോഴിക്കോട് ഒരു ഡോക്ടർ സുന്ദരത്തിന്റെ വീട്ടിലാണ് ഗുരു താമസിച്ചത്. കൂടെ ഞാൻ മാത്രം. ബീച്ചിന്റെ വളരെ അടുത്തായിരുന്നു ആ വീട്. രാത്രി കടലിന്റെ ഇരമ്പൽ കേൾക്കാം. ഗുരുവിന്റെ മുറിയിൽ താഴെ വിരിച്ചാണ് ഞാൻ കിടന്നത്. നല്ല തണുപ്പുള്ള ഒരു രാത്രിയായിരുന്നു അത്. രാത്രിയുടെ നിശ്ശബ്ദതയിൽ തിരമാലകളുടെ ആർത്തനാദം എന്നെ ഭയപ്പെടുത്തിയിരുന്നു. ഉറക്കത്തിലെപ്പോഴോ ഞാനൊന്നു ഞെട്ടിയെന്നു തോന്നുന്നു. രാവിലെ ഞാൻ ഉണർന്നപ്പോൾ ഗുരുവിന്റെ കട്ടിലിൽ ഞാൻ മൂടിപ്പുതച്ചു കിടക്കുകയാണ്. കട്ടിലിന്റെ അടുത്ത് ഒരു കസേരയിൽ കാലുകൾ കട്ടിലിലേക്കു കയറ്റിവച്ച് ഗുരു ഇരിക്കുന്നു. ഞാൻ ചാടിയെഴുന്നേറ്റു. കുറ്റബോധംകൊണ്ട് എന്റെ തല ഭൂമിയോളം താഴ്ന്നുപോയി.

ഏറ്റവും പതിഞ്ഞ ശബ്ദത്തിൽ വിറയലോടെ ഞാൻ വിളിച്ചു: " ഗുരു...."

എന്റെ മുഖം പതിയെ ഉയർത്തി ഗുരു പറഞ്ഞു: "സാരമില്ല മോളെ... നിന്റെ ഉള്ളിൽ എന്തോ ഒരു ഭയമുണ്ടെന്നു തോന്നുന്നു. രാത്രിയിൽ നീ ഞെട്ടിയുണർന്ന് ചാടിക്കയറിയതാണ്. ഞാനൊരു ഹൃദ്രോഗിയല്ലേ മോളെ... അതുകൊണ്ട് ഇവിടെ ഇരുന്നെന്നു മാത്രം. എന്തായാലും നീ സുഖമായി ഉറങ്ങിയില്ലേ. അതു മതി.''

എന്റെ സകല നിയന്ത്രണങ്ങളും കണ്ണുനീരായി പൊട്ടിയൊഴുകി. ഞാൻ തറയിൽ കുത്തിയിരുന്ന് ആ കാൽപാദങ്ങളിൽ മുഖമമർത്തി. പെട്ടെന്ന് ഗുരു എന്റെ നെറുകയിൽ ഉമ്മ വച്ചുകൊണ്ട് പുറത്ത് മെല്ലെ തട്ടി പറഞ്ഞു: "ശെ... എന്റെ കുഞ്ഞൂസ് കരയുകയാണോ? എണീറ്റു പോയി കുളിച്ചു വൃത്തിയായി വാ. രാവിലെ ക്ലാസ് ഉള്ളതാ."

പിന്നീട് എത്രയോ കാലം ഗുരുവിനോടൊപ്പം ജീവിച്ചു. എന്തെല്ലാം അനുഭവങ്ങൾ. പക്ഷേ ഇന്നും ആ പഴയ പുലർകാലം എന്റെ ഉള്ളിലെ ഒടുങ്ങാത്ത നീറ്റലാണ്. നീറുന്ന വിങ്ങലാണ്.

വിദ്യാലയം എന്നു പറയുന്നത് ഒരു നിഷ്കളങ്കത തന്നെയാണ്. നാം കലാലയത്തിലേക്കു കാലെടുത്തു വയ്ക്കുമ്പോൾ ആ നിഷ്കളങ്കത മുഴുവൻ നമ്മിലുണ്ടാകും. അല്പംപോലും കാപട്യമില്ലാത്തതായിരുന്നു എന്റെയും കലാലയപ്രവേശനം. അതും എന്റെ വിസ്മയങ്ങളിൽ ഒന്നായ മഹാരാജാസിലേക്ക്. ആ രാജകീയാങ്കണം എനിക്കു സമ്മാനിച്ചത് അനവധി സുഖമുള്ള ഓർമകളാണ്. ഇരുണ്ട ഇടനാഴികളും വിശാലമായ പഠനമുറികളും. പ്രൗഢിയും പ്രതാപവും തലയെടുപ്പും എല്ലാം ഒത്തു ചേർന്ന എന്റെ പ്രിയപ്പെട്ട മഹാരാജാസ്. അവിടെയാണ് എന്റെ കലാലയ ജീവിതത്തിന്റെ തുടക്കവും ഒടുക്കവും.

ഞാൻ പ്രീഡിഗ്രിക്കു ചേർന്ന കാലം. എന്റെ ക്ലാസിലെ കുട്ടികളെ പ്പോലും പരിചയിച്ചു തീരും മുൻപേ വന്നു ഇലക്ഷൻ. ഞാനും ഒരു സ്ഥാനാർത്ഥിയായിരുന്നു. എന്റെ പാനലിൽ ഞാനൊഴിച്ച് എല്ലാവരും ജയിച്ചെന്നു തോന്നുന്നു. എന്തായാലും അടുത്ത നടപടി യൂണിയൻ ഉദ്ഘാടനമാണ്. ഉദ്ഘാടകനായി എല്ലാവർക്കും നിത്യചൈതന്യയതിയെ വേണം. നിത്യഗുരു അന്ന് യുവഹൃദയങ്ങളിൽ കത്തിജ്ജ്വലിക്കുന്ന കാലമാണ്. പക്ഷേ എങ്ങനെ ഗുരുവിനെ കൊണ്ടുവരും? ഞാൻ പറഞ്ഞു: "ഞാൻ പറഞ്ഞാൽ ഗുരു വരും.'' ആരും വിശ്വസിച്ചില്ല. നേതാക്കന്മാ രെല്ലാം കൂടി ഗുരുവിന്റെ ഒരു ബന്ധു കൂടിയായ കോളേജിലെ ഒരു അദ്ധ്യാപികയെ ചെന്നു കണ്ട് കാര്യം സമ്മതിപ്പിച്ചു. നോട്ടീസ് അടിച്ചു വിതരണവും നടത്തി.

പെട്ടെന്നതാ അടുത്ത ദിവസം പത്രത്തിൽ വാർത്ത വരുന്നു. ഗുരു ഇനി കുറച്ചു കാലത്തേക്കു പൊതുപരിപാടിയിൽ ഒന്നും പങ്കെടുക്കില്ലെന്ന്. ആകെ പ്രശ്നമായി. ഇനി എന്തു ചെയ്യും. അപ്പോഴും ഇത്തിരിപ്പോന്ന ഞാൻ പറഞ്ഞു: "ഇല്ല, ഗുരു വരും. നമുക്കൊന്നു ഫോൺ ചെയ്യാം.'' പി.ജി. ചേട്ടന്മാർ ഗുരുവിനെ വിളിച്ചു സംസാരിച്ചു. അപേക്ഷിച്ചുനോക്കി. ഒരു രക്ഷയുമില്ല. പെട്ടെന്ന് ഞാൻ ഫോൺ വാങ്ങി ഒറ്റപറച്ചിൽ. "ഗുരു വിന് ഗുരുവിന്റെ പത്രപ്രസ്താവനയായിരിക്കും വലുത്. എന്നാൽ കേട്ടോളൂ. ഞാൻ പറഞ്ഞിട്ടാ നോട്ടീസിൽ ഗുരുവിന്റെ പേര് വച്ചത്. ഗുരു വന്നില്ലെങ്കിൽ ഞാൻ ഇനി കോളേജിൽ പോകുന്നില്ല." ഫോൺ കട്ടു

ചെയ്തു. പിറ്റേദിവസം പ്രിൻസിപ്പലിനെ വിളിച്ച് ഗുരു പറഞ്ഞു, വരാമെന്ന്. എല്ലാവർക്കും അദ്ഭുതമായി. എനിക്കു മാത്രം ഒന്നും തോന്നിയില്ല. അങ്ങനെ ആ ദിവസം വന്നു. ഞാൻ ഓഡിറ്റോറിയത്തിന്റെ ഏറ്റവും പുറകിൽ ഇരുന്ന് പ്രാർത്ഥിക്കുകയാണ്. ദൈവമേ ആരും കൂവരുതേ എന്ന്. കോളേജല്ലെ, അലമ്പുണ്ടാക്കാൻ എതിർപാർട്ടികൾ നോക്കിയിരിക്കുകയാണ്. ഗുരു വന്നു. മൈക്ക് എടുത്തതും പ്രസംഗം തുടങ്ങിയത് ഇങ്ങനെയാണ്: "ഞാൻ ഇനി പൊതുപരിപാടിയിൽ പങ്കെടുക്കില്ലെന്ന് പത്രക്കാരോട് പറഞ്ഞതാണ്. അപ്പോൾ ഇതാ ഇവിടെ ഒരു കൊച്ചു മകൾ, ഈ കോളേജിലെ വിദ്യാർത്ഥിനി പറയുന്നു ഞാൻ ഇവിടെ വന്നില്ലെങ്കിൽ അവൾ ഇനി കോളേജിൽ പോകില്ലെന്ന്. അവൾ പറയുന്നതുപോലെ ചെയ്യുന്നവളുമാണ്. പിന്നെ ഞാൻ മറ്റൊന്നും ചിന്തിച്ചില്ല. പുറപ്പെട്ടു. ഒരു കുഞ്ഞുമകളുടെ ഭാവിയേക്കാളും വലുതൊന്നുമല്ലല്ലോ അറവൾ എല്ലാമായി കരുതുന്ന എന്റെ വാക്ക്.'' കൈയടികൾ ഏറ്റുവാങ്ങി ഗുരു പോയി. പോകാൻ നേരം എന്നോടു പറഞ്ഞു: "നിന്നെ ഞാൻ ജയിപ്പിച്ചിട്ടുണ്ട് ട്ടോ..."

അന്ന് ഞാൻ അറിഞ്ഞില്ല, ഞാൻ ചെയ്തത് എത്ര വലിയ അപരാധമാണെന്ന്. അന്ന് അതൊന്നും ചിന്തിക്കാനുള്ള ബുദ്ധി എന്റെ മണ്ടത്തലയിലുണ്ടായിരുന്നില്ല. പിന്നെ കാലങ്ങൾക്കുശേഷം എനിക്കു മനസ്സിലായി എന്നെ ജയിപ്പിക്കാൻ വേണ്ടി എന്റെ ഗുരു തോറ്റുതരികയായിരുന്നുവെന്ന്. പിന്നെയും എത്രയോ തവണ ഗുരു എന്നെ ജയിപ്പിച്ചിരിക്കുന്നു. അവസാനം സംരക്ഷിക്കാൻ ഇനി ഈ വൃദ്ധന് അധികകാലം ഇല്ലെന്നു പറഞ്ഞ് ഒരാളുടെ കൈയിൽ എന്നെ ഏല്പിക്കുമ്പോഴും ഗുരു എന്നെ ജയിപ്പിക്കുകയായിരുന്നു, ജീവിതത്തിലേക്ക്. ഗുരുവിനറിയാമായിരുന്നു ഗുരു ഇല്ലാത്ത ലോകത്ത് തനിയെ ജീവിക്കാൻ എനിക്കാവില്ലെന്നും ഞാൻ തോറ്റുപോകുമെന്നും.

ഞാൻ ഗുരുകുലത്തിൽ ആദ്യം അന്തേവാസിയായി ചേർന്ന കാലം. ഒരു പ്രാർത്ഥനാക്ലാസ്. ധ്യാനമാണ്. കൗമാരസ്വപ്നങ്ങളിലേക്കു ചുവടുവയ്ക്കാൻ തുടങ്ങുന്നതേയുള്ളൂ. ധ്യാനം എന്താണെന്നോ എന്തിനുവേണ്ടിയെന്നോ എന്നൊന്നും ചിന്തിച്ചിട്ടു പോലുമില്ല.

ഗുരു വന്ന് ഗുരുവിന്റെ കസേരയിൽ കണ്ണടച്ചിരിക്കുകയാണ്. ഇരുവശവുമായി ഗുരുകുലവാസികളും. ഗുരുവിനു മുന്നിൽ വലതുവശത്തായിട്ടാണ് ഞാനിരിക്കുന്നത്. ഞാൻ ചുറ്റും നോക്കി. ആരും അനങ്ങുന്നില്ല. ചത്തപോലിരിക്കുകയാണ്. കനത്ത നിശ്ശബ്ദത. ഞാനും കണ്ണടച്ചിരുന്നു.

മലവെള്ളപ്പാച്ചിൽ പോലെ ഒരായിരം ചിന്തകൾ... വല്ലാത്തൊരു വെപ്രാളം... എന്തു ചെയ്യും...? ഞാൻ ഒരു കണ്ണു പയ്യെ തുറന്നു നോക്കി. യ്യോ... എല്ലാരും ഭയങ്കര ധ്യാനത്തിലാണ്.

പിന്നെ ഞാൻ ബലം പിടിച്ച് കണ്ണടച്ചിരുന്നു. പെട്ടെന്ന് എന്റെ ചിന്തയിലേക്ക് ആയിടെ കണ്ട ഒരു മോഹൻലാൽ സിനിമ കയറി വന്നു. പിന്നെ ഞാൻ ഒന്നും അറിഞ്ഞില്ല. ഞാൻ സിനിമ കാണുകയാണ്. ഇടയ്ക്കെന്തോ കോമഡി കണ്ട് ഞാനുറക്കെ ചിരിച്ചുപോയി.

ബോധം വീണുകിട്ടിയപോലെ ഞാൻ പെട്ടെന്ന് കണ്ണു തുറന്നു പോയി. മുൻപിലിരുന്ന ചേട്ടന്മാരാരോ കണ്ണു തുറന്നു എന്നെ തുറിച്ചു നോക്കി വീണ്ടും കണ്ണടച്ചിരുന്നു.

ഞാൻ അല്പം ചമ്മലോടെ ഗുരുവിനെ നോക്കി. ഭാഗ്യം... ഗുരു അറിഞ്ഞിട്ടില്ല. പ്രതിമ കണക്കെയിരിക്കുകയാണ്. എനിക്കു സമാധാനമായി. എങ്കിലും പിന്നെ എനിക്കു സിനിമ കാണാൻ കഴിഞ്ഞില്ല. ഞാൻ വെറുതെ കണ്ണടച്ചിരുന്നതേയുള്ളൂ.

നിമിഷങ്ങൾ കടന്നുപോയി. എപ്പോഴോ ഗുരുവിന്റെ ചുണ്ടുകൾക്കിടയിൽ നിന്നും നനുത്ത ശബ്ദത്തിൽ 'പൂർണ്ണമദഃ' കേട്ടു. ധ്യാനം കഴിഞ്ഞു. എല്ലാരും എണീറ്റു പോയി. ഞാനും...

പിന്നെ ഞാൻ ഒന്നും സംഭവിച്ചിട്ടില്ലാത്ത മട്ടിൽ ഗുരുവിന്റെ മുറിയിൽ ചെന്നു. അവിടെ രാധമ്മയും ഇന്ദിരാമ്മയും ഒക്കെ ഇരിക്കുന്നുണ്ട്. എന്നെ കണ്ടതും ഗുരു ചോദിച്ചു... "കുഞ്ഞൂസേ... ഇന്നത്തെ ധ്യാനം നിന്നെ വല്ലാതെ ആനന്ദിപ്പിച്ചുവല്ലേ... ഇടയ്ക്ക് നീ ചിരിക്കുന്നതു കേട്ടല്ലോ..." ഞാൻ ഞെട്ടിപ്പോയി. ഗുരു കേട്ടോ... ഇനി എന്തു ചെയ്യും. എനിക്കാകെ വെപ്രാളമായി.

അതിനിടയിൽ ഇന്ദിരാമ്മ ആണെന്നു തോന്നുന്നു, പറയുന്നതു കേട്ടു, "ചിരിക്കേണ്ട പ്രായമല്ലേ ഗുരു അവളുടേത്?"

ഗുരു അതു കേട്ടെന്നു ഭാവിക്കാതെ എന്നെ അടുക്കലേക്കു വിളിച്ചു ഗുരുവിനോടു ചേർത്തുനിർത്തി സീരയസ്സായി ചോദിച്ചു, "പറയൂ മോളെ എന്താ നിന്നെ ഇത്രമാത്രം സന്തോഷിപ്പിച്ചെ?"

ദൈവമേ... ഞാനെന്താ പറയുക, ഗുരുവാണ്, കള്ളം പറയാൻ പറ്റോ...

പിന്നെ ഞാൻ എന്തും വരട്ടെ എന്നു കരുതി സകല ദൈവങ്ങളെയും മനസ്സിൽ വിചാരിച്ചുകൊണ്ട് ആ സിനിമാക്കഥ പറഞ്ഞു. കുറച്ചുനേരത്തേക്ക് ഗുരുവിന്റെ മുറിയിൽ ഒരു കൂട്ടച്ചിരിയായിരുന്നു. എന്നാൽ ഗുരു എന്റെ പുറത്തു പതിയെ തട്ടിക്കൊണ്ടു പറഞ്ഞു... "നീ ധ്യാനം എന്തെന്നറിഞ്ഞിരിക്കുന്നു മോളെ. ഇത്രയും പേർ ചുറ്റുമിരിക്കുന്നതറിയാതെ നിനക്കൊരു കാര്യം ആസ്വദിക്കാനും ആനന്ദിക്കാനും കഴിഞ്ഞുവെങ്കിൽ അതുതന്നെയാണ് മോളെ മഹത്തരം... നിന്നിൽ നിറഞ്ഞ ധ്യാനമുണ്ട്."

ഞാൻ ഞെട്ടിപ്പോയി. ഇതെന്തു പ്രാന്താണ് ഈ ഗുരു പറയുന്നത്. ആ... എനിക്കൊന്നും മനസ്സിലായില്ല... അന്ന് ഗുരു പറഞ്ഞതിന്റെ പൊരുൾ ഇപ്പോഴും എനിക്കു മനസ്സിലായിട്ടില്ല. അന്നും ഇന്നും എന്റെ ധ്യാനം ഇങ്ങനെത്തന്നെ.

എന്റെ പ്രീഡിഗ്രി പഠനത്തിനിടയ്ക്കുള്ള ഒരവധിക്കാലം... ഊട്ടി ഗുരുകുലത്തിൽ.

രാവിലെ ഉണർന്നാൽ നേരെ ഗുരുവിന്റെ മുറിയിലേക്കാണു ചെല്ലുക. ഒരു പ്രഭാതത്തിൽ ഞാനുണർന്നു ഗുരുവിന്റടുത്തു ചെല്ലുമ്പോൾ ഗുരു തനിയെ ഇരുന്ന് എഴുതുകയാണ്. എന്നത്തെയും പോലെ ഞാൻ ചെന്ന് ഗുരുവിന്റെ കാൽക്കൽ ചുരുണ്ടുകൂടി ഇരുന്നു.

എന്നാൽ ഗുരു പെട്ടെന്ന് എണീറ്റ് എന്നോടു പറഞ്ഞു... "യ്യോ പൊന്നൂസേ... ആ ദിവാകരേട്ടനിങ്ങു വന്നുകളയുംമുൻപ് നമുക്കു പോയി ആ ഹിമസുന്ദരികളെയെല്ലാം ഒന്നു കണ്ടിട്ടു വരാം."

ഞാൻ ഗുരുവിന്റെ മുഖത്തേക്കു നോക്കി. ഗുരു വീണ്ടും "അങ്ങേരു വന്ന് അവളുമാരെ അടിച്ചുകൊണ്ടു പോകുന്നതിനു മുൻപ്, വാ നമുക്കൊന്നു കണ്ടിട്ടു വരാം."

എനിക്കു കാര്യം പിടികിട്ടി. സന്തോഷം വരുമ്പോൾ ഗുരു ഇങ്ങനെയാ... (സൂര്യൻ വന്ന് ചെടികളിലെ മഞ്ഞുകണങ്ങൾ തുടച്ച് നീക്കും മുൻപ് അതു പോയി കാണാം എന്നാണ്.) ഞാൻ തറയിൽ നിന്നും എണീറ്റു.

ഗുരു എന്റെ കൈയിൽ പിടിച്ചുകൊണ്ട് പുറത്തേക്കു നടന്നു. പ്രയർ ഹാളിനു പുറത്തു കടന്നതും ഗുരു പറഞ്ഞു... "വെളിച്ചം വീണു തുടങ്ങിയിരിക്കുന്നു. നമുക്കാദ്യം ഈ കള്ളിപ്പെണ്ണുങ്ങൾ എന്തിയേ എന്നു നോക്കാം." (കള്ളിമുൾച്ചെടികളെയാണ്) ഗുരുവിന്റെ തോട്ടത്തിൽ കള്ളിച്ചെടികളുടെ ഒരു വലിയ ശേഖരം തന്നെയുണ്ട്. ഗുരു അതിനെല്ലാം ഓരോ പേരുകളും നൽകിയിട്ടുണ്ട്.

താമരക്കള്ളി എന്നു വിളിക്കുന്ന ഒരു ചെടിയുടെ നെറുകയിൽ വല്യ ഒരു മഞ്ഞുതുള്ളി വജ്രംപോലെ നിന്നു തിളങ്ങുകയാണ്. അതു കണ്ടിട്ട് ഞാൻ പറഞ്ഞു...

"ഹായ് എന്തു രസാ ഗുരു, ഒരുമ്മ കൊടുക്കാൻ തോന്നുന്നു."

"കൊടുത്തോളൂ മോളേ... നിമിഷങ്ങൾ കൂടിയേ അതിനിങ്ങനെ നമ്മളെ മോഹിപ്പിക്കാനാവൂ. അതിനിടയിൽ നിന്നെപ്പോലൊരു പെൺകിടാവിന്റെ അധരസ്പർശം ഏൽക്കാൻ കഴിഞ്ഞാൽ അതു നല്ലതല്ലേ...?"

ഗുരു പറഞ്ഞതൊന്നും എനിക്കു മനസ്സിലായില്ല. ഞാനെന്തായാലും എന്റെ ചുണ്ടുകൾ ആ മഞ്ഞുതുള്ളിയോടു ചേർത്തുവെച്ചു. എന്റെ ഉള്ളം വരെ കുളിർപ്പിക്കുന്ന ഒരു തണുപ്പായി അത് എന്നിലേക്കലിഞ്ഞു ചേർന്നു. അപ്പോൾ ഞാനനുഭവിച്ച ആ നിർവൃതിയിൽ ഗുരുവിനെപ്പോലും ഞാൻ മറന്നു. വല്ലാത്തൊരനുഭൂതിയായിരുന്നു അത്.

പിന്നെ... തിരിച്ചു നടക്കുമ്പോൾ... ആ സുഖമുള്ള ഓർമ്മയിൽ ഞാനെന്റെ ചുണ്ടിൽ മെല്ലെ ഒന്നു തൊട്ടു.

എന്റെ ചൂണ്ടുവിരലിൽ ഒരു നുള്ളു ചോര. ഞാൻ നാക്കുകൊണ്ട് തൊട്ടു നോക്കി. നാവിൽ രക്തത്തിന്റെ സ്വാദ്.

ഞാൻ പറഞ്ഞു... "ഗുരു... ന്റെ ചുണ്ടു മുറിഞ്ഞെന്നു തോന്നുന്നു. ദാ... ചോര വരുന്നുണ്ട്."

ഗുരു പറഞ്ഞു... "ഓ അതു സാരമില്ല. നിന്റെ ചുണ്ടുകൾ ആ കള്ളി മുൾച്ചെടിയിൽ നിന്നല്ലേ ആ മഞ്ഞുതുള്ളിയെ അടർത്തിയെടുത്തത് അതിന്റെ മുള്ള് ചുണ്ടിൽ കൊണ്ടതാവാം."

"എല്ലാ വിസ്മയങ്ങൾക്കുമപ്പുറം... എല്ലാ സുഖങ്ങൾക്കുമിടയിൽ... നാം അറിയാതെ, നമ്മെ മുറിപ്പെടുത്തുന്ന ഒരു മുള്ളുണ്ടാകും. അതിന്റെ വേദനയൊന്നും നാം അറിഞ്ഞെന്നു വരില്ല. എന്നാൽ ഒരു നിമിഷത്തേക്കെങ്കിലും നമ്മെ ആശങ്കപ്പെടുത്താനുള്ള ഒരു നുള്ള് ചോര പൊടിയിക്കാൻ ആ മുള്ളിനു കഴിയും. അതു നാം അറിഞ്ഞിരുന്നാൽ മാത്രം മതി."

ഗുരു ഏതോ തത്ത്വം പറഞ്ഞതാണെന്ന് എനിക്കു മനസ്സിലായി. എന്നാൽ അതെന്താണെന്ന് ചിന്തിച്ചെടുക്കാനുള്ള ബുദ്ധിയൊന്നും അന്നെനിക്കുണ്ടായിരുന്നില്ല.

എന്നാൽ ഇന്ന് ജീവിതത്തിൽ വന്നുചേരുന്ന ഓരോ കുഞ്ഞനുഭവങ്ങളും അന്ന് എന്റെ ഗുരു പറഞ്ഞുതന്ന തത്ത്വം എത്രമാത്രം അർത്ഥവത്താണെന്ന് ഓരോ നിമിഷവും എന്നെ ബോദ്ധ്യപ്പെടുത്തിക്കൊണ്ടിരിക്കുന്നു.

ട്രെയിൻ യാത്ര സുഖംതന്നെ. വിൻഡോ സീറ്റിലിരുന്ന് കാഴ്ചകൾ കാണുക കൗതുകവും. മുന്നോട്ടുപോകുന്ന വണ്ടിയേക്കാളും വേഗത്തിൽ പിന്നോട്ടു പായുന്ന പുഴകളും മരക്കൂട്ടങ്ങളും വയലുകളും എല്ലാം എനിക്കിപ്പോഴും വിസ്മയങ്ങൾതന്നെയാണ്. ഇക്കുറി തോരാത്ത മഴയിൽ നനഞ്ഞുകുതിർന്നായിരുന്നു യാത്ര. ജാലകവാതിലുകൾ വരെ ചോർന്നൊലിക്കുകയായിരുന്നു. യാത്രക്കാരെല്ലാം ഷട്ടറുകൾ താഴ്ത്തിയിട്ടിരുന്നതിനാൽ കാഴ്ചകളെല്ലാം ശൂന്യമായി. ഞാൻ വെറുതെ കണ്ണടച്ചിരുന്നു. പെട്ടെന്നാണ് ഗുരുവിനോടൊപ്പമുള്ള ഒരു ട്രെയിൻ യാത്ര എന്റെ ഓർമയിലേക്ക് ഓടിയെത്തിയത്. ഞാനും ഗുരുവും നാൻസി ആന്റിയും - വിദേശത്തുള്ള ശിഷ്യ - പിന്നെ ഗുരുവിന്റെ ഒരു സുഹൃത്തിന്റെ മകനും. എറണാകുളത്തു നിന്ന് കോയമ്പത്തൂർക്കു പോവുകയായിരുന്നു. ഏസി കോച്ചിലായിരുന്നു. ഞാൻ ആദ്യമായിട്ടാണ് ഏസി കോച്ചിൽ യാത്ര ചെയ്യുന്നത്. അതിന്റെ ഒരു കൗതുകവും അമ്പരപ്പുമൊക്കെ എനിക്കുണ്ടായിരുന്നു. ഗുരു പറഞ്ഞു: "ജനാല തുറക്കാൻ പറ്റില്ല. നീ എന്തെങ്കിലും വായിച്ചോണ്ടിരുന്നോ.'' ജി. ബാലചന്ദ്രൻ സാർ സമ്മാനമായി തന്ന അദ്ദേഹത്തിന്റെ 'ഉണർന്ന മനസ്സുകളും കരിഞ്ഞുപോയ ഒരു പൂമൊട്ടും' എടുത്തു വായിക്കാൻ തുടങ്ങി. ട്രെയിൻ കുതിച്ചു പായുകയാണ്. എത്ര സ്റ്റേഷനുകൾ പിന്നിട്ടു എന്നറിയില്ല. പെട്ടെന്ന് ഞാനിരുന്ന

സീറ്റിനരികിലെ ജനാലച്ചില്ലിൽ എന്തോ ശക്തിയായ് വന്നു തട്ടി. ഒരു ചുവപ്പുനിറം താഴോട്ടൊഴുകി. ഒപ്പം രണ്ടു ചെറിയ സ്വർണവളയങ്ങളും. ആളുകൾ പരക്കം പാഞ്ഞു പുറത്തേക്ക് ഡോർ തുറന്നു നോക്കുന്നു. ഒരു സഹയാത്രികനോട് ഗുരു ചോദിച്ചു: "എന്താ പുറത്തൊരു ബഹളം?"

മറ്റേ പാളത്തിൽ ഒരു സ്ത്രീ വണ്ടിക്കടിയിൽ പെട്ടതാണെന്ന് അയാൾ പറഞ്ഞു. അവരുടെ ഒരു കൈ മുറിഞ്ഞു വന്നു വീണതാണ് ഞാൻ കണ്ട ചുവപ്പുനിറം. ഞാൻ ഭയന്നുപോയി. കൈകാലുകൾ വിറയ്ക്കാൻ തുടങ്ങി. അല്പം നീങ്ങിയിരുന്നു. പെട്ടെന്ന് ഗുരു എന്നെ അരികിലേക്കു വിളിച്ച് അടുത്ത് ചേർത്തിരുത്തി. "മോളു പേടിച്ചോ? സാരമില്ല'' എന്നു പറഞ്ഞ് എന്റെ പുറത്തും തലയിലും തലോടി. പിന്നെ ഗീതയിലെ ഒരു ശ്ലോകം ചൊല്ലി അതിന്റെ അർത്ഥം പറഞ്ഞുതന്നു. ഞാൻ പതുക്കെ കാലുകൾ സീറ്റിലേക്ക് മടക്കിവച്ച് ഗുരുവിന്റെ മടിയിൽ തല ചായ്ച്ച് മയങ്ങാൻ തുടങ്ങി. പിന്നെ കോയമ്പത്തൂരിലെത്തി ഗുരു വിളിക്കുമ്പോഴാണ് കണ്ണു തുറക്കുന്നത്. അതുവരെ എന്റെ പാവം ഗുരു കാലുകൾ അനക്കുകപോലും ചെയ്യാതെ ഇരിക്കുകയായിരുന്നു. എനിക്ക് ഇന്നും അറിയില്ല. എന്റെ ഗുരു എന്തിനാ എന്നെ ഇത്രയും സ്നേഹിച്ചതെന്ന്. ഗുരുവിന്റെ സ്നേഹം, കാരുണ്യം, വാത്സല്യം എല്ലാം വാരിക്കോരി തന്നിട്ടും ഞാൻ എന്താ ഇങ്ങനെ ആയിപ്പോയേ...

ഇന്നലെ എന്റെ പ്രിയപ്പെട്ട കെ.എസ്.ഐ. സാർ എന്നോടു പറഞ്ഞു, "ഗുരുവിന്റെ കൂടെ സ്വെറ്റർ ഇട്ടു നടന്നതല്ലാതെ ഫേൺഹില്ലിലെ ഉരുളക്കിഴങ്ങുവില്പനക്കാരന്റെ ബുദ്ധിപോലും നിനക്കില്ലല്ലോ" എന്ന്. സാർ പറഞ്ഞത് എത്ര ശരിയാ. ഒരു മഹാഗുരുവിന്റെ സ്നേഹവും വാത്സല്യവും ആവോളം നുകർന്നിട്ടും ഞാനിപ്പോഴും കൂപമണ്ഡൂകംതന്നെ.

അങ്ങനെ ഒരോണം കൂടി കഴിഞ്ഞു. ഇക്കുറി എങ്ങോട്ടും പോയില്ല. തനിയെ വീട്ടിൽ. സന്ധ്യ മയങ്ങിയതോടെ ഞാൻ ടെറസ്സിൽ പോയി. മഴ പെയ്തു നനഞ്ഞു കിടക്കുന്ന വെറും തറയിൽ ആകാശത്തേക്കു നോക്കി കിടന്നപ്പോൾ, ഓർമകൾ ഒരു പെരുമഴയായി എന്റെ മനസ്സിലേക്കു പെയ്തിറങ്ങി. ഗുരുവിനോടൊപ്പമുണ്ടായിരുന്ന ഓരോ ദിനങ്ങളും ഒരു തെളിനീർപുഴയായ് ഇപ്പോഴും എന്റെ ഓർമയിൽ ഒഴുകുകയാണ്. മഴമേഘങ്ങൾ മറഞ്ഞ മാനത്ത് അവിടവിടെയായി നക്ഷത്രപ്പൊട്ടുകൾ. എനിക്കോർമവന്നത് ഒരു കൺവെൻഷൻ കാലമാണ്. അന്ന് ഞങ്ങൾ കനകമല ഗുരുകുലത്തിൽ ആയിരുന്നു. ഇന്നുള്ള സൗകര്യങ്ങളൊന്നും അന്നവിടെ ഇല്ലായിരുന്നു. അസ്തമനസൂര്യനെ നോക്കി ഗുരു ധ്യാനിച്ചിരുന്നു. കശുമാവിൻത്തോപ്പുകൾക്കിടയിൽ വലിയ കുന്നിൻമുകളിൽ ഒരു പാറപ്പുറത്ത്. ചുറ്റും ഞങ്ങൾ ശിഷ്യഗണങ്ങളും. പിന്നെ ഗുരു വന്ന് ആ കുഞ്ഞുവരാന്തയിൽ വെറും നിലത്തു കിടന്നു. ഇരുവശത്തുമായി ഞാനും ബേബിയേച്ചിയും. ആ കാലത്ത് എന്റെ റോൾമോഡൽ

ആയിരുന്നു ബേബിയേച്ചി. ഒരുപാടുകാലം ഒരു പാത്രത്തിലായിരുന്നു ഞങ്ങൾ ഉണ്ടത്. ഒരു കമ്പിളിക്കീഴിലായിരുന്നു ഉറങ്ങിയത്. എന്റെ ജീവിതത്തിൽ ഒരു പെൺകുട്ടിയേയും ഞാൻ ഇങ്ങനെ സ്നേഹിച്ചിട്ടില്ല. ആകാശത്തേക്കു നോക്കി ഗുരു ഉറക്കെ പാടി: "ആകാശത്തിൽ വിടർന്നു നിറയും മുല്ലപ്പൂക്കൾ ഒരായിരം. എൻ..." ബേബിയേച്ചി വേഗം അത് എഴുതിയെടുത്തു. പിന്നെ മുഴുവനും ഈണത്തിൽ പാടി. ഗുരുവിന്റെ കണ്ണുകളിൽ നിന്ന് രണ്ടു തുള്ളി ആനന്ദാശ്രുക്കൾ അടർന്നുവീഴുന്നത് ഞാൻ കണ്ടു. ഗുരു എണീറ്റു. ഞങ്ങളെ രണ്ടുപേരെയും കെട്ടിപ്പിടിച്ച് പറഞ്ഞു: "നിങ്ങൾ എന്റെ രണ്ടു കരങ്ങളാണ്.'' പിന്നെ ഞങ്ങൾ ഫേൺഹില്ലിൽ തിരിച്ചെത്തിയപ്പോൾ ബേബിയേച്ചിക്കു കല്യാണം. വീട്ടിലേക്കു മടങ്ങാൻ സമയമായി. ഒരു നീണ്ട കാലത്തെ സഹവാസത്തിനുശേഷം അവർ പോകുന്നു. അന്ന് ഗുരുവിനോടൊപ്പം ഞാനും ബസ്സ്റ്റാന്റിൽ പോയി യാത്രയാക്കാൻ. അവർ കയറിയ ബസ് കണ്ണിൽനിന്നു മറയുന്നതുവരെ ഞങ്ങൾ നോക്കിനിന്നു. ജനലിലൂടെ പുറത്തേക്കു നീട്ടിയ കൈകൾ കാണാതാകുന്നതുവരെ അവിടെ നിന്നു. പെട്ടെന്ന് എന്നെ കെട്ടിപ്പിടിച്ച് ഗുരു പറഞ്ഞു: "മോളേ എന്റെ ഒരു കരം അറ്റുപോയല്ലോ." ഞാൻ കരഞ്ഞോ? എന്റെ ഉള്ളു തേങ്ങിയിരുന്നു. ഞങ്ങൾ ഗുരുകുലത്തിലേക്കു മടങ്ങി. അവിടെ എത്തുംവരെ ഗുരു ഒന്നും സംസാരിച്ചില്ല. എനിക്കും ആ ചേച്ചിയോടുണ്ടായിരുന്ന സ്നേഹം എന്തായിരുന്നു എന്ന് അറിയില്ലായിരുന്നു.

"അറിയാത്തവരടുക്കുമ്പോൾ... തമ്മിൽ അറിഞ്ഞൊന്നായിത്തീരുമ്പോഴും... കാലം വിതുമ്പി വന്നു വിട ചൊല്ലിടുന്നു" എന്നു പറഞ്ഞത് ഏതു കവിയാണ്?

വല്ലപ്പോഴും അസുഖങ്ങൾ വരുന്നത് നല്ലതാണ്. എല്ലാത്തിൽനിന്നും ഒരിടവേള. വെറുതെ കണ്ണുകളടച്ച് അങ്ങനെ കിടക്കുമ്പോൾ ഒരായിരം ഓർമകൾ ഓടിയെത്തും. ആ ഓർമകൾ തരുന്ന സുഖമുള്ള വേദനകൾ മഹത്തരമാണ്. ഒരിക്കൽ ഊട്ടി ഗുരുകുലത്തിൽ വച്ച് എനിക്കൊരു പനി വന്നു. അസഹനീയമായ തലവേദന. തണുപ്പും. ഞാൻ രണ്ടുമൂന്ന് ബ്ലാങ്കറ്റൊക്കെ പുതച്ചു കിടക്കുകയാണ്. വൈകീട്ട് പ്രാർത്ഥനയ്ക്കുള്ള സമയം. ശംഖു മുഴങ്ങി. എല്ലാവരും ഗുരുവിന് ഇരുവശവുമായി വന്നിരുന്നു. എന്റെ ഇരിപ്പിടം ശൂന്യമായി കിടക്കുന്നതു കണ്ട് ഗുരു ചോദിച്ചു: "സുഗത എന്ത്യേ?" പ്രിൻസേട്ടനാണ് മറുപടി പറഞ്ഞത്. "അവൾക്കു നല്ല സുഖമില്ലെന്നു തോന്നുന്നു." ക്ലാസ് തുടങ്ങി. എന്നും രണ്ടുരണ്ടര മണിക്കൂർ നീളുന്ന ക്ലാസ് അന്ന് നേരത്തെ കഴിഞ്ഞു. എല്ലാവരും കഞ്ഞി കുടിക്കാൻ പോയി. വിശ്രമിക്കാനായി ഗുരുവിന്റെ മുറിയിലേക്കു നടന്ന ഗുരു എന്റെ മുറിയിലേക്കു കയറിവന്നു. "അയ്യോ, എന്റെ കുഞ്ഞൂസിന് എന്തുപറ്റി? നിനക്ക് കഞ്ഞിയൊന്നും വേണ്ടേ മോളേ" എന്നു പറഞ്ഞ് എന്റെയടുത്തിരുന്നു. എന്റെ നെറ്റിയിലും കഴുത്തിലുമെല്ലാം തൊട്ടു

നോക്കി. അപ്പോഴേക്കും എനിക്കുള്ള കഞ്ഞിയുമായി പ്രിൻസേട്ടൻ വാതിൽ തുറന്ന് അകത്തേക്കു വന്നു. “പ്രിൻസേ എന്താദ്? നീ മോൾക്ക് കഞ്ഞി കൊണ്ടുവന്നതാണോ? നല്ലത്. ഇങ്ങു താ” എന്നു പറഞ്ഞ് ആ കഞ്ഞി വാങ്ങി എനിക്കു കോരിത്തന്നു. കുടുസ്സായ ആ കുഞ്ഞുമുറിയിൽ ഗുരുവിന് ശരിക്ക് ഇരിക്കാൻ പോലും പറ്റുമായിരുന്നില്ല. കഞ്ഞി കുടിക്കാനുള്ള എന്റെ മടിയും ഗുരുവിന്റെ കഷ്ടപ്പാടും കണ്ടിട്ട് “ഇങ്ങു താ ഗുരു, ഞാൻ കുടിപ്പിക്കാം” എന്നു പറഞ്ഞ് പ്രിൻസേട്ടൻ ആ പാത്രം വാങ്ങി. “കഞ്ഞിയെല്ലാം കുടിച്ച് നല്ല കുട്ടിയായ് കിടന്നുറങ്ങൂ, എല്ലാം മാറും” എന്നു പറഞ്ഞ് എന്റെ കവിളിൽ മെല്ലെ തട്ടി ഗുരു മുറിയിലേക്കു പോയി. ഞാൻ വീണ്ടും ചുരുണ്ടു കൂടി. പ്രിൻസേട്ടൻ എന്റെ നെറ്റിയിൽ ബാം പുരട്ടി നന്നായി പുതപ്പിച്ച് “ഉറങ്ങിക്കോ” എന്നു പറഞ്ഞ് കഞ്ഞിപ്പാത്രവുമായി തിരികെ പോയി.

പ്രിൻസേട്ടൻ എന്റെ ആരായിരുന്നു? എനിക്കറിയില്ല. ഇത്രയും ഉത്തമനായ വ്യക്തിത്വമുള്ള, സ്നേഹമുള്ള ഒരേട്ടനെ ഇന്നോളം ഞാൻ കണ്ടിട്ടില്ല. ആ ഏട്ടൻ എന്റെ എല്ലാമായിരുന്നു. എന്റെ ഗുരുവിനെപ്പോലെയാണ് ഞാൻ പ്രിൻസേട്ടനെ സ്നേഹിച്ചത്. എന്നാൽ ചില ദോഷൈകദൃക്കുകളൊക്കെ ഞങ്ങളുടെ സ്നേഹത്തെ ദുർവ്യാഖ്യാനം ചെയ്തിരുന്നു. ഒരളവുവരെ എന്നെ നിയന്ത്രിച്ചിരുന്നത് പ്രിൻസേട്ടനായിരുന്നു. ഒരു കുഞ്ഞനിയത്തിയെപ്പോലെയായിരുന്നു ഏട്ടൻ എന്നെ കരുതിയിരുന്നത്. ടൗണിൽ പോയി വരുമ്പോഴെല്ലാം എനിക്കു മിഠായി കൊണ്ടുത്തരുമായിരുന്നു. ഇന്നുള്ള കെട്ടിടങ്ങൾ ഒന്നും അന്ന് അവിടെ ഇല്ലായിരുന്നു. യൂക്കാലിമരങ്ങൾ മാത്രം. നടക്കാൻ പോകുമ്പോൾ ഏട്ടനു പറയാൻ കഥകൾ ഏറെയുണ്ടാകും. കോളേജിലെ രസകരമായ അനുഭവങ്ങളായിരിക്കും അധികവും. കോളേജിൽ പോയി പഠിക്കണമെന്ന് എന്റെ ഉള്ളിൽ ആശ ജനിപ്പിച്ചതും പ്രിൻസേട്ടൻ തന്നെയായിരുന്നു. ഞാൻ എപ്പോഴും എന്തെങ്കിലും അബദ്ധങ്ങളിൽ ചെന്നു ചാടും. പിന്നെ അതിൽ നിന്ന് തലയൂരാൻ പറ്റാതെ കിടന്നു മോങ്ങും. അപ്പോഴെല്ലാം ഗുരുവിനെപ്പോലും അറിയിക്കാതെ പ്രിൻസേട്ടൻ ഓടിയെത്തും. രക്ഷിക്കും. ശാസിക്കും. ഒരിക്കൽ ദേഷ്യപ്പെട്ട് എന്നെ അടിക്കുകവരെ ചെയ്തു. ഒരേട്ടന്റെ സ്നേഹവും വാത്സല്യവും ആവോളം ഞാൻ നുകർന്നിട്ടുണ്ട്. ഞങ്ങളുടെ സ്നേഹം ഗുരു നന്നേ മനസ്സിലാക്കിയിരുന്നു. ഗുരുവിന് പ്രിൻസേട്ടനെ അത്രയ്ക്കും വിശ്വാസമായിരുന്നു. സ്നേഹമായിരുന്നു. പ്രണയം എന്താണെന്നൊന്നും എനിക്കന്നറിയില്ലായിരുന്നു. എന്നാലും പ്രിൻസേട്ടന്റെ കോളേജ് കഥയിൽ നിന്ന് അതൊരു സുഖമുള്ള അനുഭവമാണെന്ന് ഞാൻ മനസ്സിലാക്കിയിരുന്നു. അന്ന് പനിക്കിടക്കയിൽ നിന്ന് ഞാനുണർന്നത് “മോളേ” എന്നുള്ള ഗുരുവിന്റെ വിളി കേട്ടുകൊണ്ടാണ്. ഞാൻ ഉണർന്നുനോക്കുമ്പോൾ കൈയിൽ ഒരു കപ്പു ചൂടു ചായയുമായി ഗുരു നിൽക്കുന്നു. ആരും ഉണർന്നിട്ടില്ല. ഗുരു തനിയെ അടുക്കളയിൽ പോയി ചായ ഉണ്ടാക്കി കൊണ്ടുവന്നിരിക്കുന്നു. എന്തു

ചെയ്യണമെന്നറിയാതെ ഞാൻ വിറച്ചിരുന്നു. പ്രഭാതത്തിൽ എന്നും ഞാനുണർന്ന് കണ്ണു തിരുമ്മിക്കൊണ്ട് ഗുരുവിന്റെ എഴുത്തുമുറിയിൽ ചെല്ലുമായിരുന്നു. ഗുരുവിന്റെ ചായക്കോപ്പയിൽ അവസാനത്തെ രണ്ടു തുള്ളി ചായ എന്നെ കാത്തിരിക്കുന്നുണ്ടാവും. രണ്ടു ബിസ്കറ്റും. അതു കഴിച്ച് വീണ്ടും ഗുരുവിന്റെ കാൽക്കീഴിൽ ഇരുന്ന് ഞാനുറങ്ങും. എന്റെ തലയിൽ മെല്ലെ തടവിക്കൊണ്ട് ഗുരു ജ്യോതിയേച്ചിക്ക് എഴുതാനുള്ളതു പറഞ്ഞുകൊടുക്കും. ഗുരുവിന്റെ സ്നേഹം അതായിരുന്നു. നമ്മുടെ ഹൃദയത്തെ ഈറനണിയിക്കുന്നത്. അത്രയ്ക്കും പാവമായിരുന്നു ഗുരു. പിറ്റേന്ന് ഗുരുതന്നെയാണ് എന്നെ ആശുപത്രിയിൽ കൊണ്ടുപോയത്. ഞങ്ങൾ മടങ്ങിയെത്തിയപ്പോൾ പ്രിൻസേട്ടൻ ഓടിവന്നു. എനിക്കൊന്നു മില്ലെന്നറിഞ്ഞപ്പോൾ ഏട്ടനുണ്ടായ സന്തോഷം... പിന്നെ എന്റെ പഠിത്തം മുഴുമിപ്പിക്കാനായി എനിക്കു വീട്ടിലേക്കു മടങ്ങേണ്ടിവന്നു. അന്നാണ് ആ ഏട്ടൻ ആദ്യമായി എന്നെ കെട്ടിപ്പിടിച്ചതും നെറുകയിൽ ഉമ്മ വച്ചതും. നമ്മുടെ വീടുകളിൽ പോലും നമുക്കു കാണാൻ കഴിയാത്ത ചില ഹൃദയ ബന്ധങ്ങൾ. എവിടെയോ ജനിച്ച് എവിടെയോ വളർന്ന് കുറച്ചുനാൾ ഒരുമിച്ചു ജീവിച്ച് പിരിഞ്ഞുപോകുന്നവർ. അവർ നമ്മുടെ ഹൃദയങ്ങളിൽ കൊളുത്തിവയ്ക്കുന്ന സ്നേഹത്തിന്റെ ദീപങ്ങൾ ഒരു കെടാവിളക്കായി നമ്മുടെ അന്തരംഗങ്ങളിൽ ജ്വലിച്ചുകൊണ്ടിരിക്കുന്ന കാര്യം അവർ അറിയുന്നുണ്ടാകുമോ, എന്തോ?

രണ്ട്

ഗുരുകുലത്തിൽനിന്ന് അത്ര സന്തോഷത്തോടെയൊന്നുമല്ല അന്നു ഞാൻ വീട്ടിലേക്കു മടങ്ങിയത്. എനിക്ക് എല്ലാത്തിനോടും എന്തെന്നില്ലാത്ത വെറുപ്പായിരുന്നു. ഗുരുവിനോടുപോലും. വീട്ടിലെത്തിയ ശേഷം ഗുരുവിന് ഒരു കത്തെഴുതാൻ പോലും എന്റെ ദുർവാശി എന്നെ അനുവദിച്ചില്ല. ഒരു ദിവസം ഞാനെന്റെ കുഞ്ഞുസൈക്കിൾ തുടച്ചുകൊണ്ട് മുറ്റത്തു നിൽക്കുമ്പോഴാണ് പോസ്റ്റ്മാമൻ എനിക്കൊരു രജിസ്റ്റേർഡ് കത്തുണ്ടെന്നു പറഞ്ഞ് വീട്ടിലേക്കു വന്നത്. ഞാൻ ഒപ്പിട്ടു വാങ്ങി. ഗുരുവിന്റേതാണ്. വലിയ താത്പര്യമൊന്നും കാണിക്കാതെ കത്ത് വരാന്തയിൽ വച്ച് വീണ്ടും സൈക്കിളിനടുത്തേക്കു പോയി. ചേച്ചി ഓടി വന്ന് അതു തുറന്നുനോക്കി. “അയ്യോ, ഇതിനകത്തു നിറയെ ഇൻലന്റുകൾ ആണല്ലോ” എന്നു പറഞ്ഞ് അത് അവിടെത്തന്നെ വച്ചു. ആകാംക്ഷ കൊണ്ട് ഞാൻ വീർപ്പുമുട്ടുകയായിരുന്നു. ചേച്ചി അകത്തേക്കു പോയതും ഓടിവന്ന് ഞാനതു തുറന്നുനോക്കി. ഗുരുവിന്റെ അഡ്രസ് പതിച്ച ഇരുപത്തിയഞ്ച് ഇൻലന്റുകൾ. ഫ്രെമ്മിൽ സുഗത എന്നും എഴുതിയിരിക്കുന്നു. എനിക്കൊന്നും മനസ്സിലായില്ല. ഓരോന്നായി നിവർത്തിനോക്കി. അകം ശൂന്യം. പെട്ടെന്ന് അതിനിടയിൽ നിന്ന് ഒരു തുണ്ട് വെള്ളപേപ്പർ താഴേക്കു വീണു. ഞാനതെടുത്തു നോക്കി. അതിൽ ഗുരു സ്വന്തം കൈപ്പടയിൽ ഇങ്ങനെ എഴുതിയിരിക്കുന്നു: “പ്രിയ മകളെ, നിന്റെ ഈ മൗനം എനിക്കു സഹിക്കാവുന്നതിനും അപ്പുറത്താണ്. അതിനുമാത്രം എന്തു തെറ്റാണ് ഞാൻ നിന്നോടു ചെയ്തത്? പഠിക്കണമെന്നും പരീക്ഷ എഴുതണമെന്നും പറഞ്ഞതോ? സഹിക്കാനാവുന്നില്ല മോളെ. ഇന്നു മുതൽ ഒരു കത്ത് വീതം ഓരോ ദിവസവും എനിക്കെഴുതുക. അങ്ങനെയെങ്കിലും നിന്റെ സാമീപ്യം ഈ പിതാവ് അറിഞ്ഞോട്ടെ.’’ ദൈവമേ... എന്റെ കുഞ്ഞു ഹൃദയത്തിൽ ആരോ ഒരു കരിങ്കൽ എടുത്ത് ഇടിച്ചതുപോലെ. വേദന കൊണ്ടു ഞാൻ പുളഞ്ഞുപോയി. ആരും കാണാതിരിക്കാൻ ഓടി കുളിമുറിയിൽ കയറി മതിയാവോളം കരഞ്ഞു. പിന്നെ മുറിയിൽ വന്നു. അതിൽ നിന്ന് ഒരു ഇൻലന്റ് എടുത്ത് അതിൽ ആദ്യം മുതൽ അവസാനം വരെ ‘മാപ്പ് ഗുരു... മാപ്പ്... ഈ മകളോട് പൊറുക്കുക’ എന്നെഴുതി അപ്പോൾ തന്നെ എന്റെ സൈക്കിളിൽ കയറി ജംഗ്ഷനിൽ ഉള്ള പോസ്റ്റ്

ബോക്സിൽ കൊണ്ടിട്ടു മടങ്ങുമ്പോൾ എന്റെ മനസ്സ് ഏതോ ദുർബല ചിന്തകളിലേക്കു കാടുകയറുകയായിരുന്നു.

ഗുരുവുമായുള്ള കത്തെഴുത്ത് പുനരാരംഭിച്ചപ്പോൾ പിന്നെ തർക്കങ്ങളുടെയും സംവാദങ്ങളുടെയും എതിർപ്പുകളുടെയും ഒരു തപാൽ യുദ്ധംതന്നെ ആയിരുന്നു. എന്റെ സ്വതന്ത്രമായ ചില രീതികൾ ഗുരുവിനെ ദേഷ്യം പിടിപ്പിക്കുന്നതായിരുന്നു. അപ്പോഴെല്ലാം ഉപദേശരൂപത്തിൽ ഗുരു എന്നെ തിരുത്താൻ ശ്രമിക്കും. അതൊന്നും എനിക്കിഷ്ടപ്പെടുമായിരുന്നില്ല. ഞാൻ ശക്തമായി നിഷേധിക്കും. വിമർശിക്കും. ഒടുവിൽ ഗുരു ഞാൻ പറഞ്ഞതുതന്നെയാണ് ശരി എന്നു സമ്മതിച്ചു തരും. ഞാൻ എന്റെ ഇഷ്ടങ്ങൾക്കനുസരിച്ചാണ് ജീവിച്ചത്. എന്നാൽ എന്റെ മനസ്സ് എവിടെയും ഉറച്ചുനിന്നില്ല. പഠിത്തം പൂർത്തിയാക്കാൻ കഴിഞ്ഞില്ല. ഒരേസമയം ഒരുപാടു ജോലികളിൽ ഏർപ്പെട്ടു. ഒന്നും മുഴുമിപ്പിക്കാനായില്ല. അത്രയ്ക്കും കലുഷിതമായിരുന്നു മനസ്സ്. ജീവിതത്തിനു പ്രത്യേകിച്ച് അർത്ഥമൊന്നും ഇല്ലെന്നു തോന്നിത്തുടങ്ങിയപ്പോൾ വീണ്ടും ഗുരുവിനെഴുതി. "എന്നെ ആർക്കും വേണ്ട ഗുരു... പിന്നെ എന്തിനാണ് ഇങ്ങനെയൊരു പാഴ്ജന്മം? എല്ലാം തുറന്നുപറയാൻ എനിക്കൊരു നല്ല സുഹൃത്തുപോലും ഇല്ലായിരുന്നു. ഞാൻ ആരെയും എന്നിലേക്ക് അടുപ്പിച്ചിരുന്നില്ല എന്നതാണ് ശരി."

ഗുരുവിന്റെ മറുപടി വന്നു. "പൊന്നുമകളെ, എത്ര കടുത്ത ജീവിതാനുഭവങ്ങൾ ഉണ്ടായാലും നിന്റെ മനസ്സിനു വാട്ടം വരുത്തരുതെ. നിന്റെ ആത്മാവിൽ കാർക്കശ്യമുണ്ടാവരുതെ. നിന്റെ സൈഥര്യം ഉപേക്ഷിക്കരുതെ. നിന്നെപോലെ ധിഷണാശാലിയായ ഒരു മകളെ ആർക്കാണു വേണ്ടാത്തത്? എത്രയും പെട്ടെന്ന് മടങ്ങിവരൂ.''

പിന്നെ ഞാൻ ഒന്നും ആലോചിച്ചില്ല. പിറ്റേന്നുതന്നെ യാത്രയായി. എന്റെ എല്ലാമെല്ലാമായ ഗുരുവിന്റെയടുത്തേക്ക്. നിസ്സഹായതയോടെ... നിസ്സംഗതയോടെ... തീർത്തും ഒരു പരാജിതയുടെ മനസ്സോടെ...

വീട്ടിൽ സമ്പത്തിനും പ്രതാപത്തിനും കുറവൊന്നുമില്ലായിരുന്നു. അച്ഛനാണെങ്കിൽ സർക്കാരുദ്യോഗവും. എല്ലാ കാര്യങ്ങൾക്കും അവസാന തീരുമാനം അച്ഛന്റേതായിരുന്നു. എതിർത്തു പറയാൻ ആരും ധൈര്യപ്പെട്ടിരുന്നില്ല. എന്റെ ഉഴപ്പ് കണ്ടിട്ടാവാം അച്ഛൻ പറഞ്ഞു: "പഠിക്കാൻ പറ്റാത്തവർക്കൊക്കെ വല്ലവന്റെയും അടുക്കളയിലാണ് സ്ഥാനം. കല്യാണം കഴിക്കാനുള്ള പ്രായമൊക്കെ ആയി.'' അച്ഛൻ ഒരിക്കലും എന്നെ തല്ലിയിട്ടില്ല. ദേഷ്യപ്പെട്ടിട്ടില്ല. എങ്കിലും എനിക്ക് അച്ഛനെ ഭയമായിരുന്നു. എന്റെ കാര്യത്തിൽ അച്ഛനും തെറ്റി. അച്ഛൻ തീരുമാനിക്കുന്നതിനു മുമ്പേ ഞാൻ തീരുമാനമെടുത്തുകഴിഞ്ഞു. ഞാൻ പുറത്തേക്കു തൂവിപ്പോയ ഒരു തുള്ളിയല്ലേ... അതെടുത്തു തിരികെ വയ്ക്കാൻ ആർക്കും കഴിയില്ലല്ലോ? അല്പം നീരസത്തോടെയാണെങ്കിലും അച്ഛനും

സമ്മതിക്കേണ്ടി വന്നു. ഞാൻ യാത്രയായി. യാത്രയിലുടനീളം എന്റെ ചിന്ത ഗുരുവിനെക്കുറിച്ചുതന്നെയായിരുന്നു. കഴിഞ്ഞ കുറെ നാളുകളായി എന്തൊക്കെയാണ് ഞാനെന്റെ ഗുരുവിനോടു കാട്ടിക്കൂട്ടിയത്. ഒക്കെ ഓർത്തപ്പോൾ വല്ലാത്തൊരു ജാള്യത. ചിന്തകൾക്കൊടുവിൽ ഗുരുകുല മെത്തി. പണ്ടത്തെപ്പോലെ എന്നെ സ്വീകരിക്കാൻ ഗുരു ബസ്സ്റ്റാന്റി ലൊന്നും ഇല്ലായിരുന്നു. ഞാൻ ചെല്ലുമ്പോൾ ഗുരുവും ശിഷ്യരുമൊക്കെ ചേർന്ന് പുതിയതായി ഉണ്ടാക്കിയ വാട്ടർടാങ്കിനു വലയിടുകയായിരുന്നു. എന്തെല്ലാം മാറ്റങ്ങൾ... പുതിയ കെട്ടിടങ്ങൾ... ലൈബ്രറി... പുതിയ ആൾക്കാർ... ആകെ മാറിയിരിക്കുന്നു. പ്രാർത്ഥനാമുറിയിൽ ടൈൽസ് പതിച്ചിരിക്കുന്നു. പെട്ടെന്നെനിക്കോർമ വന്നു. ഗുരു എനിക്കെഴുതി യിരുന്നു: "മോളെ ഇന്നലെ ഞാനൊരു സ്വപ്നം കണ്ടു, നീ വന്നെന്ന്. ഞാൻ എഴുന്നേറ്റോടിവന്നതാ. മറിഞ്ഞുവീണു മോളെ. അവിടെ ടൈൽസ് പതിക്കുന്ന കാര്യം ഞാൻ മറന്നുപോയിരുന്നു. തല പൊട്ടി. ഏഴു സ്റ്റിച്ചിട്ടു.''

ദൈവമേ, ഞാനെന്തൊരു മഹാപാപിയാണ്. ഉറക്കത്തിൽ പോലും ഗുരുവിനു സ്വസ്ഥത കൊടുത്തിരുന്നില്ല.

ഞാൻ ഗുരുവിനെ നമസ്കരിച്ചു. എന്റെ തലയിൽ തൊട്ടുകൊണ്ട് 'നീ വന്നു അല്ലേ' എന്നു മാത്രം പറഞ്ഞു. എന്നെ കാണുമ്പോൾ കെട്ടി പ്പിടിക്കുമെന്നും ഉമ്മവയ്ക്കുമെന്നും ഒക്കെ ഞാൻ പ്രതീക്ഷിച്ചു. ഒന്നും ഉണ്ടായില്ല. "നീ പോയി കുളിച്ച് വിശ്രമിക്കൂ. യാത്ര കഴിഞ്ഞതല്ലേ'' എന്നു പറഞ്ഞു. സഹിക്കാനാവാത്ത ദേഷ്യത്തോടെ ഞാൻ പ്രയർ ഹാളിലേക്കു തിരിച്ചുനടക്കുമ്പോൾ ഗുരു പറയുന്നുണ്ടായിരുന്നു, "എടോ തമ്പാനെ അവിടെ ഏതു മുറിയാണ് ഒഴിവുള്ളത്. അവൾ കുറച്ചുനാൾ ഇവിടു ണ്ടാകും.'' അപ്പോൾത്തന്നെ സ്ഥലംവിട്ടാലോ എന്നാണ് ഞാൻ ചിന്തി ച്ചത്. വൈകീട്ട് പ്രാർത്ഥനയ്ക്ക് ഞാൻ ഗുരുവിന്റെ മുമ്പിൽതന്നെയാണ് ഇരുന്നത്. ക്ലാസ് കഴിഞ്ഞ് ഗുരു എണീറ്റുപോയി. എന്നോടൊന്നും മിണ്ടി യില്ല.

എന്തു ചെയ്യണമെന്നറിയാതെ ഞാൻ സോഫയിൽ ചെന്നിരുന്നു. ഒരാൾ വന്നു പറഞ്ഞു, അടുക്കളയിൽ വന്നാൽ കഞ്ഞി കുടിക്കാം. എനിക്കു ചിരി വന്നു. പാവം അയാൾക്കറിയില്ലല്ലോ.

തമ്പാനണ്ണൻ ചിരിച്ചുകൊണ്ടു പറഞ്ഞു, "അവർക്കിതൊക്കെ അറിയാം."

രാത്രി ഗുരുവിന്റെ കാൽ തൊട്ടു വന്ദിക്കാനോ ശുഭരാത്രി നേരാനോ ഞാൻ പോയില്ല. രാവിലെ എല്ലാവരും ഉണരുന്നതിനു മുൻപേ സ്ഥലം വിടണമെന്ന ചിന്തയോടെ ഞാൻ പോയി കിടന്നു. മനസ്സു നിറയെ ആരോ ടൊക്കെയോ ഉള്ള വാശിയും ദേഷ്യവുമായിരുന്നു.

മൂന്ന്

രാവിലെ ആരോ കതകിൽ തട്ടുന്ന ശബ്ദം കേട്ടാണ് ഞാനുണർന്നത്. എനിക്ക് എങ്ങോട്ടും ഓടിപ്പോവാനായില്ല. അത്രയ്ക്കും ഞാനുറങ്ങിപ്പോയിരുന്നു. വാതിൽ തുറന്നു നോക്കിയപ്പോൾ ഗുരു നടക്കാൻ പോകുന്നു. എന്തൊരു ഉറക്കമായിരുന്നു എന്റേത്. ആകെ നാണക്കേടായി. കുളിയെല്ലാം കഴിഞ്ഞ് പുറത്തുവന്നപ്പോൾ വേറൊരാൾ: "അതേയ്, ഇവിടെല്ലാവരും രാവിലെ കിച്ചണിൽ വരണം.'' 'ഒന്നു പോടാ' എന്നു പറയാനാണ് തോന്നിയതെങ്കിലും "അതെയോ" എന്നാണു ഞാൻ പറഞ്ഞത്. പതിവുപോലെ പ്രാർത്ഥനാക്ലാസ് കഴിഞ്ഞു. എല്ലാവരും ആഹാരം കഴിക്കാൻ കിച്ചണിലേക്കു പോയി. എനിക്കു വിശക്കുന്നുണ്ടായിരുന്നില്ല. ഞാൻ സോഫയിൽ തനിച്ചിരിക്കുന്നതു കണ്ടിട്ടാവാം ആ മെല്ലിച്ച താടിവച്ച ചെറുപ്പക്കാരൻ എന്നോടു ചോദിച്ചു: "കഴിക്കാൻ വരുന്നില്ലേ?" ഇല്ലെന്നു പറയാനാണ് തോന്നിയതെങ്കിലും അയാളുടെ മുഖത്തെ സൗമ്യത കണ്ടപ്പോൾ അയാളോടൊപ്പം ഞാനും അടുക്കളയിലേക്ക് പോയി. അയാൾ ചോദിച്ചു: "സുഗത നേരത്തെ ഇവിടുണ്ടായിരുന്നു അല്ലേ?" "ആ" ഉദാസീനഭാവത്തിൽ ഞാൻ മറുപടി പറഞ്ഞു.

ഞങ്ങൾ പരിചയപ്പെട്ടു. പിന്നീട് എന്റെ ആത്മമിത്രമായിത്തീർന്ന ഷൗക്കത്ത് ഏട്ടനായിരുന്നു അത്. ആഹാരം കഴിച്ചെന്നു വരുത്തി ഞാൻ വീണ്ടും പ്രെയർഹാളിലെത്തി. അപ്പോഴുണ്ട് വേറൊരുത്തൻ, "ഗുരു വിശ്രമിക്കുന്ന സമയമാണ്, ഇപ്പൊ അങ്ങോട്ടു പോവണ്ട" എന്ന്. എന്റെ തല പൊട്ടിത്തെറിക്കുന്നപോലെ. ഒരു കാലത്ത് ഗുരുവിനെ കാണാൻ വരുന്നവരെല്ലാം എന്നെ നോക്കിനിൽക്കുമായിരുന്നു. ആ എന്നോടാണ് അയാളുടെ താക്കീത്. ഗുരുവിന്റെ മുറിയിലെന്നല്ല, എവിടെയും കയറിച്ചെല്ലാനുള്ള സ്വാതന്ത്ര്യം എനിക്കുണ്ടായിരുന്നു എന്ന കാര്യം അയാൾക്കറിയില്ലല്ലോ. ഞാൻ തിരിച്ചു നടക്കാൻ ഭാവിച്ചതും പെട്ടെന്ന് പുറകിൽ നിന്നൊരു വിളി.

"എടേ സുഗതകുഞ്ഞൂ... നീ ഇവിടെ നിൽക്കയാണോ? എത്ര നേരമായി ഗുരു നിന്നെ തിരക്കുന്നു.'' ജ്യോതിയേച്ചിയാണ്. നേരത്തെ കണ്ട ആൾ തെല്ലൊരദ്ഭുതത്തോടെ എന്നെ നോക്കി. അയാളെ കാണിക്കാൻ വേണ്ടി മാത്രമാണ് ഞാൻ ഗുരുവിന്റെ മുറിയിലേക്കു ചെന്നത്. ഞാൻ

ചെല്ലുമ്പോൾ ഗുരു മേശപ്പുറത്ത് എന്തോ തിരയുകയാണ്. എന്നെ കണ്ടതും, "എന്താ ക്ഷണക്കത്ത് തരാഞ്ഞിട്ടാണോ നീ ഇങ്ങോട്ടു വരാതിരുന്നത്. വാ, വന്നിവിടെ ഇരിക്ക്" എന്നു പറഞ്ഞ് കസേര ഗുരുവിന്റടുത്തേക്ക് വലിച്ചിട്ടു. ഗൗരവം ഒട്ടും കുറയ്ക്കാതെ ഞാനും അവിടെ ചെന്നിരുന്നു. ഒരു പേന എടുത്ത് എന്റെ കൈയിൽ തന്നിട്ട് പറഞ്ഞു: "ഞാൻ പറയുന്നതൊക്കെ ആ പേപ്പറിലേക്ക് ഒന്നെഴുത്.'' ഞാൻ എഴുതാൻ തയ്യാറായി. പെട്ടെന്ന് വളരെ ദേഷ്യത്തോടെ ഉച്ചത്തിൽ ഗുരു ചോദിച്ചു: "എന്താ നിന്റെ മുഖം ഇങ്ങനെ? നിന്റെ ആരെങ്കിലും ചത്തോ?" എനിക്കും കലി അടക്കാനായില്ല. ഞാൻ ചാടി എണീറ്റു. കൈയിലിരുന്ന പേനയെടുത്ത് ഒരേറു വച്ചുകൊടുത്തു. എന്നിട്ട് അലറിക്കൊണ്ടുതന്നെ പറഞ്ഞു: "ആ, ചത്തുപോയി. എന്റെ എല്ലാരും ചത്തുപോയി. ഗുരൂം." വല്ലാത്തൊരു ഭാവത്തോടെ ഗുരു എന്റെ കൈയിൽ കടന്നുപിടിച്ചു. എന്നിട്ടു പറഞ്ഞു: "മോളേ.. നിന്നെ എനിക്കറിയില്ലല്ലോ? ഞാൻ അറിയുന്ന എന്റെ പൊന്നുമോൾ ഇതല്ല. എനിക്കെന്റെ ആ പഴയ കുഞ്ഞിനെയാണ് വേണ്ടത്. നിന്നെ എനിക്കു വേണ്ട. എനിക്കു വേണ്ട.'' അപ്പോഴേക്കും ഗുരു എന്നെ ഗുരുവിനോടു കഴിയാവുന്നത്രയും ചേർത്തുപിടിച്ചിട്ടുണ്ടായിരുന്നു. ഗുരുവിന്റെ ചുണ്ടുകൾ വിറയ്ക്കുന്നുണ്ടായിരുന്നു. മുഖം ചുവന്നിരുന്നു. കണ്ണുകളിൽ നനവ് പടർന്നിട്ടുണ്ടായിരുന്നു. എന്റെ ഉള്ളിലെ വെറുപ്പും വിദ്വേഷവും സങ്കടവും എല്ലാം ചേർന്ന അഗ്നിപർവതം പൊട്ടിത്തെറിച്ചു. ഉള്ളിൽ കെട്ടിനിർത്തിയിരുന്ന എല്ലാ അഴുക്കും കണ്ണുനീരായി പുറത്തേക്കു വമിച്ചു. എനിക്കു ശബ്ദിക്കാൻ കഴിഞ്ഞില്ല. അത്രയ്ക്കും ഞാൻ തളർന്നുപോയിരുന്നു. ഞാൻ ഗുരുവിന്റെ കാൽക്കലേക്ക് വീഴുകയായിരുന്നു. ഗുരു എന്നെ മടിയിൽ കിടത്തി പുറത്തും തലയിലും തടവിക്കൊണ്ടിരുന്നു. എന്റെ കണ്ണുനീർ വറ്റും വരെ ഞാൻ കരഞ്ഞു. പെട്ടെന്നാണ് ഹസീനേച്ചി അങ്ങോട്ടു കയറിവന്നത്. "ഗുരു ഇനീം കിടന്നില്ലേ?"

ഗുരു പറഞ്ഞു: "ഹസീനാ... നിനക്കറിയോ മോളേ, ഇവളിവിടെ വന്ന കാലം തൊട്ട് എന്റെകൂടെയേ കിടക്കുമായിരുന്നുള്ളു. അങ്ങനേം ഒരു കാലം ഉണ്ടായിരുന്നു.'' ഹസീനേച്ചി ചിരിച്ചുകൊണ്ട് പറഞ്ഞു: "എനിക്കറിയാം. ഗുരു അന്ന് കണ്ണൂരു വന്നപ്പോൾ എന്റെ ഏട്ടൻ ചോദിച്ചു, ഇതാരാ ഗുരുവിന്റെ കൂടെ ഒരു മുലകുടി മാറാത്ത കുട്ടി എന്ന്. അതു പറഞ്ഞ് ഞങ്ങൾ കുറെക്കാലം ചിരിച്ചിരുന്നു.''

"ഇവളിപ്പോഴും അങ്ങനെത്തന്നെയാ മോളെ. കുറച്ച് അഹന്ത വളർന്നിട്ടുണ്ടെന്ന് മാത്രം."

ഗുരു എന്റെ കൈയിൽ പിടിച്ചാണ് കിടക്കാൻ പോയത്. കട്ടിലിൽ കിടത്തി പുതപ്പിച്ച് തിരികെ പോവാൻ തുടങ്ങിയ എന്റെ കൈയിൽ പിടിച്ചുകൊണ്ട് ഗുരു ചോദിച്ചു: "നീ എവിടെപ്പോവുന്നു? ഇവിടിരിക്ക്.''

ഞാൻ കട്ടിലിൽ ഇരുന്നു. ഗുരുവിന്റെ രണ്ടു കൈകൾക്കുള്ളിലായി എന്റെ വലതുകരം എടുത്തു ഗുരുവിന്റെ നെഞ്ചോടു ചേർത്തുവച്ച് ഗുരു

മയങ്ങാൻ തുടങ്ങി. ഉണരുംവരെ മറ്റൊരു കർണനായി ഞാനും ശ്വാസം പോലും വിടാതെ അവിടിരുന്നു. ഒരു തെളിനീരരുവിപോലെ എന്റെ മനസ്സും തണുത്തുറഞ്ഞിരുന്നു.

അന്നത്തെ ആ പകൽമയക്കത്തിനുശേഷം ഞാനാകെ മാറിയിരുന്നു. ഗുരുവിന്റെ നെഞ്ചിൽനിന്നും എന്റെ കൈകളിലേക്ക് എന്താണ് ഗുരു പകർന്നുതന്നത്? ആ ദിവ്യകരങ്ങളിൽനിന്നും എന്റെ വലതുകരം എന്താണ് ഏറ്റുവാങ്ങിയത്? എനിക്കറിയില്ല. എന്തായാലും ഒന്നുണ്ട്. ഞാനാകെ മാറിയിരുന്നു. എന്റെ വാശിയും ദേഷ്യവും അഹങ്കാരവും എല്ലാം എല്ലാം കെട്ടടങ്ങിയിരുന്നു. പിറ്റേന്നു മുതൽ പ്രെയർ ക്ലാസ്സിൽ ഗുരു പറയുന്നതെല്ലാം എഴുതുന്ന ജോലി എന്റേതുകൂടിയായി. ധ്യാനിച്ചിരിക്കുന്ന ഗുരുവിന്റെ ചുണ്ടുകൾക്കിടയിലൂടെ ഒരു പൂന്തേനരുവിതന്നെയാണ് ഒഴുകിവരുന്നത്. അതു യാതൊരു തടസ്സങ്ങളുമില്ലാതെ അങ്ങനെ ഒഴുകിക്കൊണ്ടിരിക്കും. ഗുരു എത്ര വേഗത്തിൽ പറഞ്ഞുപോയാലും അതെല്ലാം എഴുതിയെടുക്കാൻ എനിക്കു കഴിയുമായിരുന്നു. അടുത്തിരിക്കുന്നവരുടെ ചുമയോ തുമ്മലോ ഒന്നും അപ്പോൾ ഞാൻ കേൾക്കുകയില്ല. ഒരു വാക്കുപോലും വിട്ടുപോവാതെ എഴുതിയെടുത്തശേഷം അപ്പോൾത്തന്നെ അത് ഗുരുവിനെ വായിച്ചുകേൾപ്പിക്കും. പിന്നെ അത് മനോഹരമായ അക്ഷരങ്ങളിൽ പകർത്തി എഴുതുന്ന ജോലി ഷൗക്കത്തേട്ടന്റേതാണ്. പ്രഭാതങ്ങളിൽ നേരത്തേതന്നെ ഉണർന്ന് ഗുരുവിന്റെയടുത്തുചെല്ലും. പണ്ടത്തെപ്പോലെ ബാക്കി ചായയൊന്നും എന്നെ കാത്തിരിപ്പുണ്ടാവില്ല. എന്നാലും എഴുത്തു തുടങ്ങും. കത്തുകൾ വായിച്ചു കേൾപ്പിക്കും. എട്ടര വരെ അതു തുടരും. പിന്നെ ഗുരു നടക്കാൻ പോകും. എനിക്കു നനയ്ക്കാനും കുളിക്കാനുമൊക്കെ ഉള്ളതിനാൽ ഗുരുവിന്റെ കൂടെയുള്ള രാവിലത്തെ നടത്തം മിക്കവാറും നഷ്ടമാകും.

പിന്നെ വീണ്ടും പ്രെയർ-ക്ലാസ്-ഉച്ചഭക്ഷണം... അങ്ങനെ ഓരോ ദിവസങ്ങളെന്നല്ല, ഓരോ നിമിഷങ്ങളും ഗുരുവിനോടൊപ്പമായി.

ഒരു വൈകുന്നേരം. ഞാനും ഗുരുവും മാത്രമേ ഉള്ളൂ. എഴുത്ത് കഴിഞ്ഞതും ഗുരു പറഞ്ഞു: "ലൈബ്രറി വരെ പോകാം.'' എന്നാൽ ഗുരു നേരെ നടന്നത് റോഡിലേക്കാണ്. ഞാൻ ഓർമിപ്പിച്ചു: "ഗുരു, ലൈബ്രറി." അപ്പോൾ ഗുരു ഇടതുകൈയിലെ തള്ളവിരൽകൊണ്ട് എന്റെ വലതുകൈയിൽ ബലമായി ഒന്നമർത്തിയിട്ട് ചോദിച്ചു: "വേദനിച്ചോ?" ഞാൻ പെട്ടെന്ന് പറഞ്ഞു: "എന്ത്? ഞാനറിഞ്ഞതുപോലുമില്ലല്ലോ?" "ആ, എന്നാൽ എല്ലാം ഇങ്ങനെ അറിയാതെയാണ് നടക്കുന്നത്. നീ വാ" എന്നു പറഞ്ഞ് ഗുരു നടത്തം വേഗത്തിലാക്കി.

കോളനിയിലേക്കുള്ള ആ വഴി തുടങ്ങുന്നിടത്ത് പണ്ട് ഒരു വലിയ മരം ഉണ്ടായിരുന്നു. അമ്മമരം എന്നാണ് അത് അറിയപ്പെട്ടിരുന്നത്. നടരാജ ഗുരു ഇട്ട പേരാണെന്ന് തോന്നുന്നു. പണ്ടൊക്കെ നടക്കാൻ പോകുമ്പോൾ

ആ മരമെത്തുമ്പോൾ ഗുരു അവിടെ നിൽക്കും. പിന്നെ ആകാശത്തേക്കു നോക്കി ഗായത്രിമന്ത്രം ഉറക്കെ ചൊല്ലും. ചിലപ്പോൾ വല്ല മരക്കുറ്റിയിലോ കല്ലിലോ കുറച്ചുനേരം ഇരിക്കും. അന്നൊക്കെ അങ്ങനെ ഇരിക്കാൻ ഗുരുവിനു കഴിയുമായിരുന്നു. ഇന്ന് ആ മരം നിന്നിടത്ത് കുറച്ചു വേരുകൾ മാത്രം. അങ്ങോട്ടു വിരൽ ചൂണ്ടി ഗുരു എന്നോടു ചോദിച്ചു: "നിനക്കോർമ്മയുണ്ടോ മോളെ, ഇവിടെ നിന്നിരുന്ന ആ അമ്മമരത്തെ?" വർഷം ഏഴോ എട്ടോ കഴിഞ്ഞതേയുള്ളൂ. ഇന്ന് അതിവിടില്ല. പകരം ആ മരം അവശേഷിപ്പിച്ച വേരുകൾക്കൊപ്പം ഒരു കല്ലിൽ കുറച്ചു മഞ്ഞളും കുറെ പൂക്കളും മാത്രം. അതു കണ്ടിട്ട് ഗുരു പറഞ്ഞു: "നാളെ ഇനി ഇവിടെ ഒരു അമ്മമരക്ഷേത്രം ഉണ്ടാവില്ലെന്ന് ആർക്കറിയാം. അല്ലേ മോളേ..."

പിന്നെ ഉല്പത്തിയെക്കുറിച്ചും ഉത്ഭവത്തെക്കുറിച്ചുമൊക്കെ ഗുരു എന്തൊക്കെയോ ഒക്കെ പറഞ്ഞു. പണ്ടത്തെപ്പോലെ ഒരുപാടുനേരം നടക്കാനോ നിൽക്കാനോ പറ്റാത്തതുകൊണ്ട് ഞങ്ങൾ മടങ്ങി.

മടക്കത്തിൽ നടരാജഗുരുവിനെക്കുറിച്ചായിരുന്നു ഗുരു പറഞ്ഞുകൊണ്ടിരുന്നത്.

ഈ ലോകം എന്തൊക്കെ അദ്ഭുതങ്ങളാണല്ലേ മോളേ നമുക്കു കാട്ടിത്തരുന്നത്.

ഗുരു പറഞ്ഞു: നിന്റെ കാര്യംതന്നെ നോക്കൂ. എവിടെയോ ജനിച്ച് എവിടെയോ വളർന്ന നീ ഇവിടിതാ ഈ കിഴവന്റെ ഊന്നുവടിയായി ഈ മഞ്ഞുമലയിൽ. എന്തൊരദ്ഭുതം

ജനമിതു കണ്ടു തെളിഞ്ഞാൽ
ജനിമൃതി കൈവിട്ടിരിക്കുമന്നിലയിൽ
മനതളിരൊന്നു കലർന്നാ-
ലനവരതം സൗഖ്യമന്നുതന്നെ വരും - സ്വാനുഭവഗീത -

ഗുരു ചൊല്ലിക്കൊണ്ടിരുന്നു. അപ്പോഴേക്കും ഞങ്ങൾ ആശ്രമമുറ്റത്തെത്തിയിരുന്നു.

നാല്

ഗുരുകുലത്തിൽ എല്ലാ ചേട്ടന്മാരും എനിക്കു പ്രിയപ്പെട്ടവരായിരുന്നു. എന്നാൽ എനിക്കേറ്റവും ഇഷ്ടം ഷൗക്കത്ത് ഏട്ടനെയായിരുന്നു. അടുക്കളയിൽ നിന്നുമാണ് ഞങ്ങളുടെ സൗഹൃദം തുടങ്ങുന്നത്.

ഗുരുകുലത്തിൽ എല്ലാവർക്കും കിച്ചൻ ഡ്യൂട്ടിയുണ്ട്. ആഴ്ചയിൽ രണ്ടു ദിവസം ഈരണ്ടുപേർ ചേർന്ന് ആഹാരം ഉണ്ടാക്കണം. കിച്ചണിലെ എന്റെ പാർട്ണർ ഷൗക്കത്തേട്ടൻ ആയിരുന്നു.

ഞാൻ ഉണർന്നു ചെല്ലുമ്പോഴേക്കും ആൾ അടുപ്പിൽ തീ കൂട്ടി ചോറിനുള്ള വെള്ളമെല്ലാം വച്ചിട്ടുണ്ടാകും. അരി കഴുകിയിട്ട് തീയും കത്തിച്ചാൽ ചോറു റെഡി. പാചകകാര്യത്തിൽ രണ്ടുപേരും മടിയുള്ളവരും അജ്ഞാനികളുമായിരുന്നു. ഷൗക്കത്തേട്ടൻ എന്നെ സോപ്പിട്ട് എന്തെങ്കിലും കൂട്ടാനൊക്കെ വയ്പിക്കും. ആളുകളെ മയക്കാൻ ആൾക്ക് അന്നേ ഭയങ്കര കഴിവായിരുന്നു. മോളെ എന്ന് അത്രയ്ക്കും സൗമ്യമായാണ് ആ ഏട്ടൻ വിളിക്കുക. ആ വിളി കേട്ടാൽ, പതിയെ ഉള്ള ആ സംസാരം കേട്ടാൽ ആരായാലും വീണുപോകും. അങ്ങനെ ആ പഞ്ചാരവാക്കിൽ മയങ്ങി ഞാൻ എന്തെങ്കിലുമൊക്കെ തട്ടിക്കൂട്ടും. ഉച്ചയ്ക്ക് ഊണു കഴിക്കാൻ വരുന്നവരുടെ മുഖവും മുറുമുറുക്കലുമൊക്കെ കേൾക്കുമ്പോഴാണ് എന്റെ പാചകനൈപുണ്യം എനിക്കു മനസ്സിലാകുന്നത്.

ഒരിക്കൽ ഞാനൊരു കടലക്കറിയുണ്ടാക്കി ഗുരുകുലത്തിലുള്ളവരെയെല്ലാം ടോയ്‌ലറ്റിൽ ആക്കി എന്നു പറഞ്ഞ് ഈ പതിനേഴു വർഷങ്ങൾക്കിപ്പുറവും എന്നെ കളിയാക്കിക്കൊണ്ടിരിക്കുന്ന ഒരു ചങ്ങാതിയുണ്ട്. ഒരു തണുത്ത പ്രഭാതത്തിൽ ബാത്റൂം എവിടെയാണെന്നു ചോദിച്ച് ഓടിക്കയറി വന്ന ആ ചങ്ങാതി എന്റെ ജീവിതത്തിലേക്കാണ് 'ബാത്താൻ' വന്നതെന്ന് അന്നു ഞാൻ അറിഞ്ഞില്ലായിരുന്നു.

അങ്ങനെ പാചകത്തിലും വാചകത്തിലും പങ്കാളികളായ എന്റെയും ഷൗക്കത്തേട്ടന്റെയും ഇടയിൽ ഞങ്ങളറിയാതെതന്നെ ഒരു സൗഹൃദവും സ്നേഹവും പങ്കുവയ്ക്കപ്പെടുന്നുണ്ടായിരുന്നു. പക്ഷേ അതങ്ങനെ അധികനാൾ തുടരാൻ ഞങ്ങൾക്കായില്ല. അപ്പോഴേക്കും രാവിലത്തെ ഡ്യൂട്ടിയിൽ മുഴുവൻ ദിവസവും ഗുരു എന്നെ നിയമിച്ചുകഴിഞ്ഞു. പിന്നെ ആഹാരം കഴിക്കാൻ മാത്രമായി അടുക്കളയിൽ പോക്ക്.

അത് ഗുരുവിന്റെ ഒരു ദിവ്യദൃഷ്ടിയായിരുന്നു. സ്നേഹത്തിന്റെയും സൗഹൃദത്തിന്റെയും ഇടയിൽ പ്രണയം കലരേണ്ട എന്നു ഗുരു ചിന്തിച്ചു കാണും. ഗുരുവിന്റെ ദിവ്യദൃഷ്ടി അപാരമാണ്. അതെത്രയോ പ്രാവശ്യം ഞാൻ അനുഭവിച്ചറിഞ്ഞിരിക്കുന്നു.

ഒരു ചെറിയ കാര്യം പറയാം. ഞാൻ ചെറുതായിരുന്നപ്പോൾ ഒരിക്കൽ ഒരു ഉച്ചസമയത്ത് വെള്ളം കുടിക്കാൻ വേണ്ടി അടുക്കളയിൽ പോയതാണ്. അപ്പോൾ അവിടെ ഒരന്തേവാസി ചേട്ടനിരുന്ന് ബീഡി വലിക്കുന്നു.

ഞാൻ പറഞ്ഞു: "ആഹാ, ബീഡി വലിക്കുകയാണല്ലേ? ഞാനിത് ഗുരുനോടു പറഞ്ഞുകൊടുക്കും.'' പെട്ടെന്നയാൾ ഓടിവന്ന് എന്റെ കവിളിൽ ഒരുമ്മ തന്നിട്ടു പറഞ്ഞു: "എന്തായാലും ഗുരുവിനോടു പറയാൻ പോകയല്ലേ, ഇതൂടി പറഞ്ഞുകൊടുത്തേക്ക്." ഞാൻ ദേഷ്യത്തോടെ ഓടി ഗുരുവിന്റെ അടുത്തുചെന്നതും ഗുരു ചോദിക്കയാണ്: "എന്താ കുഞ്ഞൂസേ നീ കിതയ്ക്കുന്നത്.... ഏട്ടൻ നിന്നെ ഉമ്മ വച്ചൂല്ലേ?"

ഞാൻ അന്തംവിട്ടുപോയി. അയ്യോ. ഗുരു കണ്ടായിരുന്നോ. എന്റെ മണ്ടത്തരം പ്രതികരിച്ചു. പെട്ടെന്ന് ഗുരു തന്റെ മറ്റേ കണ്ണട ചൂണ്ടിക്കാട്ടിയിട്ട് പറഞ്ഞു: "അടുക്കളയിലെ കാഴ്ച കാണാനല്ലേ മണ്ടൂസേ ഞാനീ കണ്ണട ഉപയോഗിക്കുന്നത്.'' അതെനിക്കൊരു പുതിയ അറിവായിരുന്നു. ഗുരുവിന് രണ്ട് കണ്ണട ഉണ്ടായിരുന്നു.

ഒരിക്കൽകൂടി ഞാനെന്റെ വിഡ്ഢിത്തം തെളിയിച്ചുകൊണ്ട് ആ കണ്ണട എടുത്ത് എന്റെ മുഖത്തു വച്ചുകൊണ്ട് അടുക്കളഭാഗത്തേക്ക് നോക്കി. ഒന്നും കണ്ടില്ല. പെട്ടെന്ന് ഗുരു ദേഷ്യത്തോടെ എന്റെ നേരെ ഒച്ചവച്ചു. അയ്യോ ഈ 'ശാശ്' എന്റെ കണ്ണട വൃത്തികേടാക്കിയല്ലോ. വേഗം പോയി അത് സോപ്പിട്ടു കഴുകിക്കൊണ്ടു വാ. കൂടെ നിന്റെ കവിളും. എനിക്കു കരച്ചിൽ വന്നു. എന്നെ അങ്ങനെയൊന്നും ഗുരു വിളിച്ചിട്ടില്ലായിരുന്നു. ഞാൻ പോയി എന്റെ മുഖവും ഗുരുവിന്റെ കണ്ണടയും നന്നായി സോപ്പുപയോഗിച്ച് കഴുകി. കണ്ണട ഗുരുവിന്റെ മേശപ്പുറത്തു വച്ചു. അപ്പൊ എന്നെ ചേർത്തുപിടിച്ച് ചിരിച്ചുകൊണ്ട് ഗുരു പറഞ്ഞു: "ബീഡിമണം എനിക്ക് ഇഷ്ടമല്ലെന്ന് നിനക്കറിയില്ലേ കുഞ്ഞൂ.'' എനിക്കു സമാധാനമായി. ഞാൻ പതുക്കെ ഗുരുവിന്റെ ചെവിയിൽ പറഞ്ഞു: "ഇവിടെ മൂന്നാല് ഏട്ടന്മാർ ബീഡി വലിക്കും. എന്നിട്ടും ഗുരു ഇത്ര കൃത്യമായി ആ ഏട്ടന്റെ പേരു പറഞ്ഞതെങ്ങനെയാ?"

ഗുരു പറഞ്ഞു: "അതൊക്കെ ഒരു രഹസ്യമാ മോളേ. അതൊന്നും നിനക്കിപ്പോൾ മനസ്സിലാവില്ല.''

അന്നെന്നല്ല, ഇന്നും ആ രഹസ്യം ഒരു മഹാദ്ഭുതമായി എന്നിൽ നിറഞ്ഞുനിൽക്കുന്നു.

അന്നത്തെ ആ ബീഡിസംഭവം ഗുരു അത്ര കാര്യമായിട്ടെടുത്തില്ല എന്നാണ് ഞാൻ കരുതിയത്. എന്നാൽ അന്നു രാത്രിയിലെ പ്രാർത്ഥനാ

ക്ലാസ് ഭയാനകമായിരുന്നു. സാധാരണ എല്ലാവരും വന്നിരുന്ന് കഴിഞ്ഞാണ് ഗുരു വരാറുള്ളത്. എന്നാൽ അന്ന് പതിവിനു വിപരീതമായി ഗുരു നേരത്തേതന്നെ പ്രെയർഹാളിൽ വന്നിരുന്നു. എന്നും ജ്യോതിയേച്ചിയാണ് വിളക്ക് കൊളുത്താറുള്ളത്. അന്ന് ഗുരു ദേഷ്യത്തോടെ എന്നോടു പറഞ്ഞു: "പ്രാർത്ഥനയ്ക്ക് സമയമായതറിഞ്ഞില്ലേ? നിനക്കെന്താ ഈ വിളക്കൊന്നു കത്തിച്ചുവച്ചാൽ?"

ഞാൻ പെട്ടെന്നുതന്നെ വിളക്കു കൊളുത്തിവച്ചു. ഗുരു ഇരിക്കുന്നതു കണ്ട് എല്ലാവരും ഓടി വന്ന് ഇരുവശത്തുമായി ഇരുന്നു.

ആരെയും ശ്രദ്ധിക്കാതെ ഗുരു ദൈവദശകം ഉറക്കെ ചൊല്ലാൻ തുടങ്ങി. അതു കഴിഞ്ഞതും ജനനിനവരത്നമഞ്ജരിയും ചൊല്ലാൻ തുടങ്ങി. എല്ലാവരും അതിശയത്തോടെ ഗുരുവിനെ നോക്കിക്കൊണ്ട് കൂടെ ചൊല്ലിക്കൊണ്ടിരുന്നു. സാധാരണ ദൈവദശകം കഴിഞ്ഞാൽ ക്ലാസ് തുടങ്ങുകയാണ് പതിവ്. അല്പം ദേഷ്യം കലർന്ന ഗൗരവത്തിൽ ഗുരു സംസാരിക്കാൻ തുടങ്ങി.

വേദാന്തവും ഉപനിഷത്തും ഒക്കെ പറയുന്നിടത്ത് ഗുരു പൂവൻകോഴികളെക്കുറിച്ച് പറയുന്നതു കേട്ട് എല്ലാവരും മിഴിച്ചിരുന്നു. പരസ്പരബന്ധമില്ലാതെ, തുടർച്ചയില്ലാതെ ഗുരു എന്തൊക്കെയോ പറഞ്ഞുകൊണ്ടിരുന്നു.

ആർക്കും ഒന്നും മനസ്സിലായില്ല. മാനസിക ആരോഗ്യമില്ലായ്മയെ കുറിച്ചും മനോരോഗികളെ കുറിച്ചും പറഞ്ഞു.

അതു പിന്നെ യുങ്ങും ഫ്രോയിഡും തുടങ്ങി പരമഹംസരിലും വിവേകാനന്ദനിലും നാരായണഗുരുവിലും നടരാജഗുരുവിലും എത്തിനിന്നു.

എന്നും ഒമ്പതര മണിയിൽ കൂടാത്ത പ്രാർത്ഥന അന്ന് പത്തുമണിയായിട്ടും കഴിഞ്ഞില്ല.

മാർഗരറ്റ് മാം തന്റെ ഉറങ്ങുന്ന കുട്ടികളെയും എടുത്ത് അവരുടെ മുറിയിലേക്കു പോയി. പിന്നത്തെ ചെറിയ കുട്ടിയായ ഞാൻ ഇരുന്നിടത്തു തന്നെ കിടന്നുറങ്ങാൻ തുടങ്ങിയിരുന്നു.

സംസാരത്തിനൊടുവിൽ എപ്പോഴോ ഗുരു പറഞ്ഞത്രെ: "സുഗത മനസ്സുകൊണ്ട് എനിക്കു മകളാണ്. ആരുടെയും തമാശകൾ അവളോടു വേണ്ട." ഞാൻ കേട്ടില്ല. അപ്പോഴേക്കും ഞാൻ ഉറങ്ങിയിരുന്നു.

പിറ്റേന്ന് കിച്ചണിൽ ആരൊക്കെയോ പറയുന്നതു കേട്ടു. ഇത്രയും പ്രക്ഷുബ്ധമായ മനസ്സോടെ ആരും ഗുരുവിനെ കണ്ടിട്ടില്ല. ഗുരു പിന്നെയും ചൊല്ലുന്നതു കേട്ടു,

"നിലമൊടു നീരതുപോലെ കാറ്റു തീയും-
വെളിയുമഹം കൃതി വിദ്യയും മനസ്സും
അലകളുമാഴിയുമെന്നു വേണ്ടയെല്ലാ-
വുലകുമുയർന്നറിവായി മാറിടുന്നു"

ഗുരു ചൊല്ലിക്കൊണ്ടിരുന്നു. ഞാനുണർന്നു നോക്കുമ്പോൾ എല്ലാവരും തളർന്നിരിക്കുകയാണ്. മണി പതിനൊന്നു കഴിഞ്ഞിരിക്കുന്നു. ഗുരുവിന്റെ ശബ്ദം നേർത്തു നേർത്ത് ഇല്ലാതായി. ചുണ്ടുകൾ വിറച്ചുകൊണ്ടിരുന്നു. കണ്ണടച്ചുതന്നെ വച്ചിരിക്കുകയാണ്.

ഒടുവിൽ വിനയണ്ണൻ (വിനയ ചൈതന്യ) ഗുരുവിന്റെ കാൽക്കലേക്കു നീങ്ങിയിരുന്ന് ഏറ്റവും മൃദുവായ ശബ്ദത്തിൽ നോവാതെ നോവുന്നപോലെ പതിയെ വിളിച്ചു: "ഗുരൂ..."

ഗുരു കൈ ഉയർത്തി എല്ലാവരും പൊയ്ക്കൊള്ളൂ എന്ന് ആംഗ്യം കാട്ടി. എല്ലാവരും എണീറ്റുപോയി. അന്ന് ആരൊക്കെ കഞ്ഞി കുടിച്ചെന്നറിയില്ല.

അടുക്കളയിൽ കഞ്ഞിപോലും തണുത്തുവിറങ്ങലിച്ചിരുന്നു. ആരൊക്കെയോ ചേർന്ന് ഗുരുവിനെ താങ്ങി മുറിയിൽ കൊണ്ടുകിടത്തി. അങ്ങനെ ആ പ്രാർത്ഥനാക്ലാസ് അവസാനിച്ചു. അതുപോലൊരു പ്രാർത്ഥനാക്ലാസ് പിന്നീടൊരിക്കലും ഞാൻ കണ്ടിട്ടില്ല. അന്നത്തെ ഗുരുവിന്റെ മനസ്സ് എന്തായിരുന്നു എന്ന് ആരെങ്കിലും അറിഞ്ഞോ? അന്നൊക്കെ ഞാനറിയാതെ പോയ എത്രയോ സത്യങ്ങൾ ഇന്ന് എന്റെ ഹൃദയത്തെ കുത്തിനോവിക്കുന്നത് ഗുരു അറിയുന്നുണ്ടാവുമോ ആവോ?

ഗുരുപൂജ വരുന്നത് ഗുരുവിനു വളരെ സന്തോഷമുള്ള കാര്യമാണ്. ഫെബ്രുവരി മാസത്തിൽ നടരാജഗുരുവിന്റെ ജന്മദിനമാണ് ഗുരുപൂജയായി ആഘോഷിക്കുന്നത്. അന്നൊക്കെ ഗുരുപൂജ നടത്താൻ വേണ്ടി ഗ്രാമങ്ങളിൽ പോയി ഭിക്ഷ എടുക്കുമായിരുന്നു.

വിനയണ്ണന്റെ നേതൃത്വത്തിൽ അന്തേവാസികളെല്ലാം ചേർന്ന് വലിയ ചാക്കുകളൊക്കെയായിട്ടാണ് ഭിക്ഷയ്ക്കു പോകുന്നത്. ഒരു ദിനം ഞാനും പോയി ഭിക്ഷാടനത്തിന്.

അന്ന് ഗുരുവും ഉണ്ടായിരുന്നു. ഏറെ നടന്നു ക്ഷീണിച്ചപ്പോൾ ഞങ്ങൾ തിരിച്ചുപോന്നു. പിന്നെ ചേട്ടന്മാർ മാത്രമായി. ആശ്രമത്തിൽ നിന്നുള്ളവരാണെന്ന് കാണുമ്പോൾതന്നെ ഗ്രാമവാസികൾ അരിയും പച്ചക്കറികളുമൊക്കെ വാരിക്കോരി തരും. രാവിലെ പ്രാർത്ഥന കഴിഞ്ഞതും ഇറങ്ങിയാൽ പിന്നെ വൈകീട്ട് പ്രാർത്ഥനയ്ക്ക് മുൻപായിട്ടാണ് എല്ലാവരും തിരിച്ചെത്തുക. അപ്പോഴേക്കും മഞ്ഞു വീഴാൻ തുടങ്ങിയിട്ടുണ്ടാകും.

മിക്കവാറും ഗുരുതന്നെയാവും വൈകീട്ടു വരുന്നവർക്കുള്ള കഞ്ഞി ഉണ്ടാക്കുന്നത്. എല്ലാവർക്കും, ഗ്രാമത്തിലുള്ള ചിലർക്കുപോലും ഗുരു പുതിയ വസ്ത്രങ്ങൾ വാങ്ങിക്കൊടുക്കുമായിരുന്നു.

എന്നും എനിക്കുള്ള ഉടുപ്പ് ഗുരുതന്നെയാണ് തെരഞ്ഞെടുക്കുക. മാർക്കറ്റിനകത്തുള്ള ഗൗണ്ടറുടെ കടയിൽ നിന്നാണ് വസ്ത്രങ്ങൾ

വാങ്ങുക. ഗുരുവിനെ കാണുമ്പോൾതന്നെ അയാൾ ഒരു വലിയ തടി സ്റ്റൂൾ എടുത്ത് പുറത്തിട്ടുകൊടുക്കും. അതിൽ ഇരുന്നുകൊണ്ട് ഓരോരോ ഉടുപ്പുകൾ എടുത്ത് എന്റെ ദേഹത്തു വച്ചുനോക്കും. ഇളംനീലയോ പർപ്പിളോ വന്നാൽ അപ്പോൾ അതിൽ കയറിപ്പിടിക്കും. ഇത് നിനക്കു നന്നായി ചേരുമെന്നു പറഞ്ഞ് അതു വാങ്ങും. പെൺകുട്ടികൾ നല്ല തന്റേടവും സ്വാതന്ത്ര്യവും ഉള്ളവരായിരിക്കണം എന്നാണ് ഗുരു പറയുക. നമ്മുടെ വസ്ത്രധാരണത്തിന് അതിൽ ഒരു പങ്കുണ്ടത്രെ. ഒരിക്കൽ സിങ്കപ്പൂർ പോയി വന്നപ്പോൾ ഗുരു എനിക്കൊരു ജീൻസ് കൊണ്ടുതന്നു. എന്നിട്ടു പറഞ്ഞു: ''നീ ഇതൊക്കെ ഒന്നിട്ടിട്ട് ഒരാൺകുട്ടിയെപ്പോലെ ഒന്ന് ഉഷാറായി നടന്നെ.'' എനിക്ക് പ്രത്യേകിച്ച് ഇഷ്ടങ്ങൾ ഒന്നും ഇല്ലായിരുന്നു. ഗുരുവിന്റെ ഇഷ്ടങ്ങൾതന്നെയായിരുന്നു എന്റെ ഇഷ്ടവും.

അന്നൊക്കെ ഗുരുപൂജ എന്തു രസായിരുന്നു. പ്രാർത്ഥനയും ഹോമവും സത്സംഗവും സംഗീതസദസ്സും ഒക്കെയായി എന്തൊരാനന്ദമാണ്. ധാരാളം ആളുകൾ പുറത്തുനിന്നും എത്തിച്ചേരും. ഇന്നുള്ള സൗകര്യങ്ങളൊന്നും അന്നില്ലായിരുന്നു.

രാവിലെ എണീറ്റ് ഒന്ന് പുറത്തുപോകണമെങ്കിൽ സർക്കാരാശുപത്രിയിലെപോലെ പ്രയർഹാളിൽ നിരന്നുകിടക്കുന്ന കമ്പിളിക്കൂട്ടങ്ങളെ ചവിട്ടി മറിഞ്ഞുവീഴാതെ നോക്കണം. അന്നത്തെ ആ മനോഹാരിതയൊന്നും പിന്നീടുള്ള ഗുരുപൂജകളിൽ എനിക്കു ദർശിക്കാൻ കഴിഞ്ഞിട്ടില്ല.

അങ്ങനെ എന്റെ ജാതകത്തിൽ എഴുതിവച്ച ഒരു ബാലികാഭിക്ഷുവിന്റെ വേഷം കൂടി ആടാൻ കഴിഞ്ഞല്ലോ എന്നോർക്കുമ്പോൾ എന്റെ ഉള്ളം കുളിർക്കുന്നു. മഞ്ഞുകണങ്ങൾ വീണു ചിതറുംപോലെ....

അഞ്ച്

ഇനി ഒരിക്കലും ഒരു തിരിച്ചുപോക്കില്ലെന്നു കരുതിത്തന്നെയാണ് ഞാൻ വീണ്ടും ഗുരുവിന്റെയടുത്ത് എത്തുന്നത്. ജീവിതത്തിലെ ചില കയ്പേറിയ അനുഭവങ്ങൾ എന്നെക്കൊണ്ട് അങ്ങനെ ഒരു തീരുമാനം എടുപ്പിക്കുകയായിരുന്നു. ഗുരുവും പറഞ്ഞു: "ഇനി നീ എങ്ങോട്ടും പോവണ്ട." അങ്ങനെ ഒരു ഉറച്ച തീരുമാനത്തിലാണ് അവസാനം ഞാൻ ഗുരുകുലത്തിൽ എത്തിച്ചേരുന്നത്.

ഗുരുവുമായിട്ടുള്ള ചില്ലറ പിണക്കങ്ങളെല്ലാം കഴിഞ്ഞ് ഞാൻ വീണ്ടും പഴയതുപോലെയായി.

എന്നാലും എല്ലാത്തിൽനിന്നും ഒരു പ്രത്യേക അകലം ഞാൻ സൂക്ഷിച്ചിരുന്നു. എന്റെ സ്വഭാവത്തിനു വന്ന മാറ്റങ്ങൾ ഗുരുവും ശ്രദ്ധിക്കുന്നുണ്ടായിരുന്നു. രാവിലെ ഉണർന്നാൽ ഉറങ്ങാൻ പോകും വരെ ഗുരുവിന്റെ കൂടെ തന്നെ കഴിച്ചുകൂട്ടാൻ ഞാൻ പ്രത്യേകം ശ്രദ്ധിച്ചിരുന്നു. രാത്രിയിൽ ഗുരുവിന്റെ കാൽ കഴുകുന്ന ജോലി കരുണേട്ടനായിരുന്നു. പിന്നെ അത് ഗുരു എന്നെ ഏല്പിച്ചു. കിടക്കാൻ നേരം ചൂടുവെള്ളം കൊണ്ട് കാൽപാദങ്ങൾ കഴുകി തുടച്ച് മരുന്നു പുരട്ടി സോക്സ് ഇട്ടുകൊടുക്കും. പിന്നെ കണ്ണിൽ മരുന്നൊഴിച്ചു കൊടുക്കും. ചൂടുവെള്ളം ബാഗിലാക്കി കൊടുത്തശേഷം പുതപ്പിച്ച് ആ പാദങ്ങളിൽ ഞാൻ ഒന്നു ചുംബിക്കും. അപ്പോൾ എന്നെ അടുത്തു വിളിച്ച് എന്റെ നെറുകയിൽ മൃദുവായ് ചുംബിച്ചുകൊണ്ട് ഗുരു പറയും: "ഗുഡ്നൈറ്റ് മോളെ. സുഖമായി ഉറങ്ങൂ." അതോടെ എന്റെ ഒരു ദിവസത്തിന് തിരശ്ശീല വീഴും.

അപ്പോഴേക്കും മൗനമായും അല്ലാതെയും ഗുരുവിനു ശുഭരാത്രി നേർന്ന് എല്ലാവരും പോയിട്ടുണ്ടാകും. ഗുരുവിന്റെ കതകടച്ച് ഞാൻ പുറത്തുകടക്കുമ്പോൾ ഷൗക്കത്തേട്ടൻ മാത്രം പ്രാർത്ഥനാമുറിയിൽ കാത്തിരിക്കുന്നുണ്ടാകും. പിന്നെ ഞങ്ങൾ ഒരുമിച്ചാണ് കോട്ടേജിലേക്കു പോവുക. ഞാൻ ബാത്റൂമിൽ പോയി കൈയും മുഖവും കഴുകി മുറിയിലേക്കു മടങ്ങുമ്പോഴും ഷൗക്കത്തേട്ടന്റെ മുറിയിൽ വെളിച്ചം കാണാം. കതകിന്റെ വിടവിലൂടെ ഒന്നൂടെ ഗുഡ്നൈറ്റ് പറഞ്ഞ് ഞാൻ ഉറങ്ങാൻ പോകും.

ഒരു ദിവസം രാത്രി ഏറെ വൈകിയാണ് ഗുരു എഴുത്തു നിർത്തിയത്. കരുണേട്ടൻ ഗുരുവിന് കാൽ കഴുകാനുള്ള ചൂടുവെള്ളം പകർന്നു വച്ച് കാത്തിരുന്നു കാത്തിരുന്ന് ഉറങ്ങാൻ പോയി.

ഞാൻ പതിവുപോലെ കാൽ കഴുകി നമസ്കരിച്ച് ഗുഡ്നൈറ്റ് പറയാൻ നേരം ഗുരു എന്റെ പുറത്ത് തലോടി നെറുകയിൽ ഉമ്മ വച്ചിട്ടു പറഞ്ഞു: "എന്റെ നിശ്വാസമല്ല. ഓരോ ശ്വാസങ്ങൾ തന്നെയാണ് ഞാൻ നിന്റെ നെറുകയിലേക്ക് ഇറ്റിച്ചുതരുന്നത്. അതിൽനിന്ന് നിനക്കുവേണ്ട ജീവവായു നീ പകർന്നെടുത്തുകൊള്ളുക." എന്റെ കൺപീലികൾ നനയുന്നത് ഗുരു അറിഞ്ഞുകാണും. ഗുരു പറഞ്ഞു: "നേരം ഒരുപാട് വൈകി. ആ 'ഇക്ക' പുറത്തുകാത്തുനിൽക്കുന്നുണ്ടാകും. വേഗം പോയി കിടന്നോ." ഞാൻ ലൈറ്റ് അണച്ച് വാതിൽ ചാരി പുറത്തുവന്നപ്പോൾ കൃത്യമായും ഷൗക്കത്തേട്ടൻ പ്രാർത്ഥനാമുറിയിൽ കാത്തിരിക്കുന്നുണ്ട്.

രാത്രി ഏറെ വൈകിയതിനാൽ ആ ചങ്ങാതീം പോയിക്കാണും എന്നാണ് ഞാൻ കരുതിയത്. എന്നാൽ ഗുരു പറഞ്ഞപോലെ ആ 'ഇക്ക' പുറത്തുണ്ടായിരുന്നു. പ്രാർത്ഥനാമുറിയിൽ നിന്ന് ഒറ്റയോട്ടത്തിന് കോട്ടേജ് എത്താം. എന്നിട്ടും എന്തിനോ ആ ചങ്ങാതി മാത്രം എന്നെ കാത്തുനിന്നിരുന്നു. മറ്റാർക്കും തോന്നാത്ത കരുണ. അത്രയ്ക്കും ആർദ്രമായ ഒരു സ്നേഹം, ഒരു സംരക്ഷണം, ഒരു ദയ ആ മനസ്സിൽ എനിക്കു വേണ്ടി കരുതിവച്ചിരുന്നു എന്നു ഞാൻ തിരിച്ചറിയുന്നതിന് എത്രയോ മുൻപുതന്നെ ഗുരു അതു മനസ്സിലാക്കിയിരിക്കുന്നു. ഇന്നീ ഓർമകളിൽ എന്റെ ഹൃദയം തരളിതമാകുന്നത് ഗുരു അറിയുന്നുണ്ടായിരിക്കുമോ, എന്തോ...

നന്നേ തണുത്തുറഞ്ഞ ഒരു പ്രഭാതമായിരുന്നു അത്. പ്രഭാതകൃത്യങ്ങളെല്ലാം കഴിഞ്ഞ് ഗുരുവിന്റെ മുറിയിലേക്കു പോകാൻ തുടങ്ങുമ്പോഴാണ് അയാൾ ഓടിക്കയറിവന്നത്. നന്നേ വെളുത്തു മെലിഞ്ഞ ഒരു താടിക്കാരൻ ബാത്റൂം എവിടെയാണെന്ന് ചോദിച്ചു. ഞാൻ കാണിച്ചുകൊടുത്തു.

ഗീസറില്ലാത്ത ബാത്റൂമിൽ കയറി മഞ്ഞുതുള്ളിപോലെ ചിതറുന്ന വെള്ളത്തിൽ കുളിച്ച് അയാൾ പുറത്തുവന്നപ്പോൾ ഞാൻ അന്തംവിട്ടുപോയി. ഇയാൾക്ക് തണുപ്പൊന്നുമില്ലേ? വട്ടായിരിക്കും. ഞാൻ മനസ്സിൽ കരുതി.

ഞാൻ നേരെ ഗുരുവിന്റെയടുത്ത് ചെന്ന് എഴുതാനിരുന്നു. പെട്ടെന്നാണ് അയാളുടെ കാര്യം എനിക്കോർമ വന്നത്.

ഞാൻ പറഞ്ഞു: "ഗുരു ഒരു പ്രാന്തൻ വന്നിട്ടുണ്ട്. രാവിലെതന്നെ തണുത്ത വെള്ളമെല്ലാം കോരി തലയിലൊഴിച്ച് അവിടിരിപ്പുണ്ട്.''

ഗുരു ചോദിച്ചു: "അതാരാ പുതിയ ഭ്രാന്തൻ? നീ പേരു ചോദിച്ചില്ലേ?"

“ചോദിച്ചു. പ്രമോദ് എന്നോ മറ്റോ പറഞ്ഞു.’’

ഗുരു പെട്ടെന്ന് മറിച്ചുനോക്കിക്കൊണ്ടിരുന്ന പുസ്തകം അടച്ചുവച്ചിട്ട് രണ്ടുകൈയും മേശമേൽ അടിച്ചുകൊണ്ട് പറഞ്ഞു: “അയ്യോ... അവൻ വന്നോ? അത് നമ്മുടെ ചിത്രകാരനാ. എന്റെ സ്വപ്നം വരച്ചുതരാൻ വന്നതാ. നീ പോയി അവനെ ഇങ്ങു വിളിച്ചുകൊണ്ടുവാ.’’

അയാൾ പ്രെയർഹാളിൽ കാത്തിരിക്കുന്നുണ്ടായിരുന്നു. ഞാൻ പറഞ്ഞു: “ഗുരു വിളിക്കുന്നു.’’

അയാൾ ഓടിവന്ന് ഗുരുവിനെ നമസ്കരിച്ചു. പിന്നെ കെട്ടിപ്പിടിക്കുന്നു. ഉമ്മ വയ്ക്കുന്നു. എന്തൊക്കെയോ കാട്ടിക്കൂട്ടുന്നു.

നേരം പുലർന്നുവരുന്നതേയുള്ളൂ. മലമുകളിൽനിന്നും സൂര്യൻ എത്തിനോക്കാൻ തുടങ്ങിയിരിക്കുന്നു.

അപ്പോഴേക്കും ഗുരു എഴുത്ത് നിർത്തി ലൈബ്രറിയുടെ താക്കോലുമെടുത്ത് അയാളുടെ കൈയും പിടിച്ച് ഒറ്റ പോക്ക്.

എനിക്കു സഹിക്കാൻ കഴിഞ്ഞില്ല. കുറച്ചുനേരം ഞാൻ അവിടെത്തന്നെ മിണ്ടാതിരുന്നു. പിന്നെ ചെന്ന് ഷൗക്കത്തേട്ടനോടു പറഞ്ഞു: “ഹും... അയാളാരാ... എം.എഫ്. ഹുസൈനോ? ഗുരു ഇങ്ങനെ പൊക്കിപ്പിടിച്ചു കൊണ്ടുപോകാൻ...”

ഷൗക്കത്തേട്ടൻ തന്റെ സ്വതഃസിദ്ധമായ ചിരി ചിരിച്ചുകൊണ്ടു പറഞ്ഞു: “നിനക്കെന്തിനാ ഇത്ര കുശുമ്പ്. അവൻ ഒരു നല്ല ചിത്രകാരനാ. ആർട്ട് റൂമിൽ ചിത്രം വരയ്ക്കാൻ ഗുരുതന്നെ വിളിച്ചുവരുത്തിയതാ അവനെ.”

ഞാൻ പറഞ്ഞു: “ഇവിടെ ശശി ഉണ്ടല്ലോ. പിന്നെന്തിനാ അയാൾ?”

“അതൊന്നും എനിക്കറിയില്ല. നീ അവിടെയെങ്ങാനും പോയി സമാധാനമായി ഇരിക്ക്. ഗുരു ഇപ്പൊ വരും.’’

ഞാൻ എങ്ങും പോയില്ല. അവിടെത്തന്നെയിരുന്ന് ഓരോന്നു പറഞ്ഞ് ഷൗക്കത്തേട്ടനെ ശല്യപ്പെടുത്തിക്കൊണ്ടിരുന്നു. അവസാനം ഷൗക്കത്തേട്ടൻ അവിടെനിന്ന് എണീറ്റുപോയി.

ഗുരു പ്രമോദിനോടു കാണിക്കുന്ന സ്നേഹവും ശ്രദ്ധയുമെല്ലാം എന്നെ അലോസരപ്പെടുത്തിക്കൊണ്ടിരുന്നു.

പിന്നെ കുറെ ദിവസത്തേക്ക് ഗുരുവിന്റെ ശ്രദ്ധ ആർട്ട് റൂമിൽ പോകുന്നതും പ്രമോദുമായി ചിത്രം വരയ്ക്കുന്ന കാര്യം ചർച്ച ചെയ്യുന്നതുമൊക്കെയായി.

എന്തായാലും അയാൾ വര തുടങ്ങി. അയാളെ എങ്ങനെയെങ്കിലും അവിടുന്നു പറഞ്ഞുവിടണമെന്നുള്ള ചിന്തയായി എനിക്ക്.

അതിനുവേണ്ടി ഞാൻ ഒരുക്കിയ ആസൂത്രണങ്ങളെല്ലാം പാളിപ്പോയി.

പ്രമോദ് വളരെ പെട്ടെന്നാണ് ഗുരുവിനു പ്രിയപ്പെട്ടവനായി മാറിയത്. എന്നെ ഏറ്റവും ദുഃഖിപ്പിച്ചത് ഷൗക്കത്തേട്ടനെയും അയാൾ കൈക്കലാക്കി എന്നതാണ്. അതിന്റെ പേരിൽ ഞാൻ ഷൗക്കത്തേട്ടനോടും മുഖം വീർപ്പിച്ചു.

രാവിലെ ഞാനും ഗുരുവും എഴുത്തു തുടങ്ങുമ്പോൾതന്നെ പ്രമോദ് വരും. അയാളെ കണ്ടാൽ ഗുരു സന്തോഷത്തോടെ, "ആ... നമ്മുടെ ഭഗവാൻ വന്നു. താക്കോൽ കൊടുക്കൂ" എന്നു പറയും. ലൈബ്രറിയുടെയും ആർട് റൂമിന്റെയും താക്കോൽ ഒന്നിച്ചാണ് വച്ചിരിക്കുന്നത്.

ഒരു ദിവസം ഉച്ചയ്ക്ക് വരയെല്ലാം കഴിഞ്ഞ് പ്രമോദ് അടുക്കളയിൽ വന്നപ്പോൾ ചോറ് തീർന്നുപോയി. അയാൾ ഒന്നും മിണ്ടാതെ തിരിച്ചുപോയ വിവരം ഗുരു എങ്ങനെയോ അറിഞ്ഞു.

ഗുരു ചാടിത്തുള്ളിക്കൊണ്ട് നേരെ അടുക്കളയിൽ എത്തി.

"രാവിലെ മുതൽ ഒറ്റക്കാലിൽ ജോലി ചെയ്യുന്നവനാ. അവനിത്തിരി ആഹാരം മാറ്റിവയ്ക്കാൻ ഇവിടാർക്കും പറ്റിയില്ലേ?"

പിന്നെ എന്തൊക്കെയോ ഒക്കെ വിളിച്ചുപറയുന്നതു കേട്ടു.

അപ്പോഴേക്കും തമ്പാൻ അണ്ണൻ ഓടിവന്നു. പെട്ടെന്ന് എന്തൊക്കെയോ കാട്ടി അയാൾക്ക് ചോറു കൊടുത്തു.

അന്നു മുതൽ വൈകീട്ടുള്ള ചായ ഗുരുവിന്റെ അടുക്കളയിൽ നിന്നായി. അത് പ്രമോദിനു കൊണ്ടുകൊടുക്കേണ്ട ജോലി എന്റേതുമായി. അതോടുകൂടി എനിക്കയാളോടുള്ള ദേഷ്യം ഇരട്ടിയായി വർദ്ധിച്ചു.

എങ്ങനെയെങ്കിലും പ്രമോദിൽ ഒരു കുറ്റം കണ്ടെത്തണമെന്ന വാശിയായിരുന്നു പിന്നെ എനിക്ക്.

'ലോകത്തിന് ഒരോർമക്കുറിപ്പ്' എന്ന ഗുരുവിന്റെ ചിരകാലസ്വപ്നം ആർട് റൂമിന്റെ ഭിത്തിയിൽ പകർത്താനായി രാത്രി ഏറെ നേരം പഠിക്കുകയും ഇരുട്ടു വീഴും വരെ നിന്നും ഇരുന്നും വരയ്ക്കുകയും ചെയ്തിരുന്ന ആ ചെറുപ്പക്കാരന്റെ അർപ്പണബോധമുള്ള മനസ്സു കാണാൻ എന്തുകൊണ്ടോ എനിക്കന്നു കഴിഞ്ഞില്ല. അതൊരുപക്ഷേ എനിക്ക് ഗുരുവിനോടുള്ള അമിതമായ സ്വാർത്ഥതകൊണ്ടുതന്നെ ആയിരുന്നിരിക്കാം.

ആറ്

എന്റെ ദേഷ്യമെല്ലാം ഒന്നടങ്ങിവരികയായിരുന്നു. അപ്പോഴാണ് അതുണ്ടായത്. ഒരു ദിവസം ഉച്ചമയക്കത്തിനുശേഷം ഗുരു ലൈബ്രറിയിലേക്കു പോവുകയായിരുന്നു. ഗുരു എത്തുന്നതിനു മുൻപേ ലൈബ്രറി തുറക്കാമെന്ന് കരുതി ഞാൻ ആദ്യം ഓടിപ്പോയി. ലൈബ്രറിയുടെ മുകളിലാണ് ആർട് റൂം. താഴെ നിന്നുകൊണ്ട് ഉറക്കെ "പ്രമോദേ" എന്നു വിളിക്കുമ്പോൾ അയാൾ മുകളിൽ നിന്ന് താക്കോൽ താഴേക്കെറിഞ്ഞുതരും. അതായിരുന്നു പതിവ്.

അന്ന് ഗുരു കരുണേട്ടന്റെ കൈ പിടിച്ചാണ് വന്നത്. ഞാൻ വേഗത്തിൽ മുമ്പേ ഓടി ആർട് റൂമിന്റെ താഴെ എത്തിയതും കാൽ വഴുതി താഴേക്ക് തെറിച്ചുപോയി.

പ്രമോദ് മുകളിൽ നിന്ന് എത്തിനോക്കുമ്പോൾ ഞാനുണ്ട് താഴെ തേയിലത്തോട്ടത്തിലേക്ക് ഉരുണ്ടുപോകുന്നു. എന്റെ വീഴ്ച കണ്ടിട്ടാകാം അയാൾ നാറാണത്ത് ഭ്രാന്തനെ പോലെ പൊട്ടിപ്പൊട്ടി ചിരിച്ചു.

അപ്പോഴേക്കും ഗുരുവും വന്നു. പ്രമോദ് തേയിലത്തോട്ടത്തിലേക്കു വിരൽ ചൂണ്ടി ഗുരുവിനെ നോക്കി പിന്നെയും പിന്നെയും ചിരിച്ചുകൊണ്ടിരുന്നു.

എന്റെ കിടപ്പു കണ്ടിട്ടാവാം കരുണേട്ടനും ചിരിച്ചു. ഞാൻ ഒരു വിധത്തിൽ എണീറ്റ് മുകളിലേക്കു വന്നു.

എന്റെ കാൽ മുറിഞ്ഞിരുന്നു. ഉടുപ്പ് കീറി. ഞാൻ സങ്കടത്തോടെ ഗുരുവിന്റെയടുത്തേക്ക് ഓടിവന്നപ്പോൾ ഗുരുവുമുണ്ട് നിന്നു ചിരിക്കുന്നു.

എനിക്ക് സഹിക്കാൻ കഴിഞ്ഞില്ല. ഞാൻ ഗുരുവിനെ കെട്ടിപ്പിടിച്ച് ഉറക്കെ കരയാൻ തുടങ്ങി. ഗുരു ചോദിച്ചു: "നിനക്കു വേദനിച്ചോ?"

ഞാൻ പറഞ്ഞു: "വേദനയൊന്നുമില്ല. എല്ലാരും കളിയാക്കിയില്ലേ..."

പിന്നെയും ഗുരു ചിരിക്കുന്നു. എന്നിട്ട് എന്റെ തലയിൽ തലോടിക്കൊണ്ടു പറഞ്ഞു.

"വീഴുന്നതു കണ്ടാൽ ചിരിക്കാത്ത ചങ്ങാതിയുണ്ടോ മോളേ?"

എന്റെ കാൽമുട്ടിൽ നിന്ന് ചോരയൊലിക്കുന്നുണ്ടായിരുന്നു.

കരുണേട്ടൻ പറഞ്ഞു: "അയ്യോ... കാൽ മുറിഞ്ഞിട്ടുണ്ട്. പോയി കഴുകി മരുന്നു വയ്ക്ക്. ലൈബ്രറി ഞാൻ തുറക്കാം."

സങ്കടവും അപമാനവും കൊണ്ട് ഞാൻ തിരിച്ചുപോന്നു. കണ്ണു തുടച്ചു കൊണ്ട് നേരെ ഷൗക്കത്തേട്ടന്റെ മുറിയിലേക്കു ചെന്നു. ഷൗക്കത്തേട്ടൻ കട്ടിലിലിരുന്ന് എന്തോ വായിക്കുകയായിരുന്നു. എന്നെ കണ്ടതും "അയ്യോ... എന്തുപറ്റി മോളേ.. എന്തിനാ കരയുന്നെ? വാ ഇവിടിരിക്ക്'' എന്നുപറഞ്ഞ് അല്പം നീങ്ങിയിരുന്നു.

ഒരാൾക്കെങ്കിലും അല്പം മനസ്സാക്ഷിയുണ്ടല്ലോ എന്നു കരുതി കരഞ്ഞുകൊണ്ടുതന്നെ നടന്നതെല്ലാം വിവരിച്ചു. എല്ലാം കേട്ടുകഴിഞ്ഞ പ്പോൾ ഷൗക്കത്തേട്ടനും ഒരു പ്രാന്തനെപ്പോലെ പൊട്ടിച്ചിരിക്കാൻ തുടങ്ങി.

എനിക്കു കലിയടക്കാനായില്ല. ഞാൻ വളരെ ശക്തിയോടെ ഷൗക്ക ത്തേട്ടന്റെ കാലിൽ ഒരടി വച്ചുകൊടുത്തിട്ട് "പോടാ പ്രാന്താ'' എന്നു പറഞ്ഞ് എന്റെ മുറിയിൽ കയറി വാതിലടച്ചു.

അപ്പോഴും ഷൗക്കത്തേട്ടൻ ഉറക്കെ ചിരിച്ചുകൊണ്ടിരുന്നു.

വല്ലാത്ത ഒരു പ്രതികാരചിന്തയോടെയാണ് പിറ്റേന്നു ഞാനുണർന്നത്.

പ്രമോദിന് എന്തെങ്കിലും ഒരു തിരിച്ചടി കൊടുക്കണമെന്ന ചിന്ത യോടെ ഗുരുവിന്റെ മുറിയിൽ ചെന്നു.

പതിവുപോലെ എഴുത്തു തുടർന്നു. ഗുരു കണ്ണടച്ചിരുന്നാണ് പറഞ്ഞു കൊണ്ടിരുന്നത്. അപ്പോഴാണ് താക്കോൽ എടുക്കാൻ പ്രമോദ് വന്നത്. ഞാൻ കണ്ടതായി നടിച്ചില്ല. അയാൾ മിണ്ടാതെ അവിടെത്തന്നെ നിൽ ക്കുകയാണ്. കുറച്ചുനേരം അങ്ങനെ നിൽക്കട്ടെയെന്ന് ഞാനും കരുതി.

പെട്ടെന്നാണ് ഗുരു കണ്ണു തുറന്നത്. "ആഹാ നീ ഇവിടെ നിൽക്ക യായിരുന്നോ?"

എന്നോടായി പറഞ്ഞു. "അവൻ വന്നത് നീയും കണ്ടില്ലേ?"

ഞാൻ ഒന്നും മിണ്ടിയില്ല. അയാളെ അത്രനേരം അവിടെ കാത്തു നിർത്താൻ കഴിഞ്ഞല്ലോ എന്ന സന്തോഷത്തിലായിരുന്നു ഞാൻ.

എന്നാൽ എന്റെ എല്ലാ കണക്കുകൂട്ടലുകളും തെറ്റിച്ചുകൊണ്ട് ഗുരു പറഞ്ഞു. "പ്രമോദേ... നീ എന്റെ അനുവാദത്തിനൊന്നും കാത്തുനിൽ ക്കണ്ട. എപ്പോൾ വേണമെങ്കിലും താക്കോൽ എടുത്തുകൊണ്ടുപോയി നീ നിന്റെ ജോലി തുടരുക."

അതെനിക്കൊരു അടി കിട്ടിയ പോലെയായി. മാത്രമല്ല, അയാൾ എന്നെ നോക്കി 'കണ്ടോ' എന്ന ഭാവത്തിൽ താക്കോലും എടുത്ത് ഒരു പോക്ക്. 'തരാം മോനേ' എന്ന് ഞാനും മനസ്സിൽ പറഞ്ഞു.

വൈകീട്ട് ഗുരു ആർട് റൂമിലേക്കു പോകാൻ ഇറങ്ങിയതും പ്രമോദി നുള്ള ചായയുമായി ഞാൻ മുൻപേ നടന്നു.

ഫ്ളാസ്കു കൊണ്ട് മുറിയിൽ വച്ചിട്ട് ചായ എന്നു പറഞ്ഞപ്പോൾ എന്നെ ഒന്നു നോക്കുകപോലും ചെയ്യാതെ അവിടെ വച്ചേക്കൂ എന്നു പറഞ്ഞ് അയാൾ വരച്ചുകൊണ്ടിരുന്നു.

പെട്ടെന്നാണ് എന്റെ കുബുദ്ധി ഉണർന്നു പ്രവർത്തിച്ചത്. ഞാൻ നോക്കിയപ്പോൾ പാലറ്റു നിറയെ കളർ എടുത്തുവച്ചിരിക്കുന്നു. ഇതു തന്നെ പറ്റിയ അവസരം എന്നു കരുതി ഞാൻ പതുക്കെ വരയ്ക്കുന്നത് കാണാനെന്ന വണ്ണം അയാളുടെ അടുത്തേക്കു നീങ്ങി. കൂട്ടത്തിൽ പാലറ്റിനൊരു തട്ടും കൊടുത്തു. ഹായ്... ആർട് റൂമിന്റെ വെളുത്ത തറ മുഴുവൻ നിറങ്ങൾ വീണു ചിതറി. പച്ചയും നീലയും ചുമപ്പും എന്നെ നോക്കി ചിരിച്ചു.

പെട്ടെന്ന് അയാൾ "അയ്യോ കളറെല്ലാം പോയല്ലോ'' എന്ന് സങ്കടത്തോടെ പറഞ്ഞ് തറയിൽ കുത്തിയിരുന്ന് അത് തിരികെ എടുക്കാൻ ശ്രമിച്ചു.

ഞാൻ പറഞ്ഞു: "ഗുരു ഇപ്പൊ ഇങ്ങെത്തും. ഈ തറ കണ്ടാൽ നിങ്ങൾക്കിന്നു കിട്ടും. വേഗം വൃത്തിയാക്കിക്കോ.''

പെട്ടെന്ന് എന്റെ ചുരിദാറിലേക്ക് നോക്കി പ്രമോദ് പറഞ്ഞു: "ഇയാളുടെ ഉടുപ്പിലും കളർ ആയല്ലോ.''

ഞാൻ നോക്കിയപ്പോൾ എന്റെ ഇളംനിറത്തിലുള്ള ചുരിദാറിന്റെ ഒരുവശം മുഴുവൻ നിലത്തുവീണു ചിതറിയതിനേക്കാളും കൂടുതൽ പച്ചയും ചുമപ്പും. ഒന്നുമറിയാത്തപോലെ ഞാൻ ഓടിപ്പോയി ലൈബ്രറിയിലെ ബാത്റൂമിൽ കയറി ഉടുപ്പിൽ പറ്റിയ നിറങ്ങളെല്ലാം കഴുകിക്കളഞ്ഞു.

അപ്പോഴേക്കും ഗുരു ആർട് റൂമിനു മുന്നിലെത്തിയിരുന്നു.

ഷൗക്കത്തേട്ടൻ ലൈബ്രറിയിൽ ഇരുന്ന് എന്തോ എഴുതുന്നുണ്ടായിരുന്നു. ഞാൻ സന്തോഷത്തോടെ അയാൾക്ക് പണി കൊടുത്ത കാര്യം പറഞ്ഞു. ഗുരു ഇപ്പോൾ അങ്ങോട്ടു ചെല്ലുമ്പോൾ അയാൾക്കു കിട്ടാൻ പോകുന്ന വഴക്കിനെ ഓർത്ത് ഞാൻ ആനന്ദിച്ചു.

ഷൗക്കത്തേട്ടൻ പറഞ്ഞു: "അവൻ ഒരു പാവമാ. നീ എന്തിനാണു സുഗതാ അവനെ ഇങ്ങനെ ഉപദ്രവിക്കുന്നത്? കഷ്ടമാണ് ട്ടൊ.''

ഷൗക്കത്തേട്ടൻ ആരോടും പറയില്ലെന്ന് എനിക്ക് നല്ല ഉറപ്പുണ്ടായിരുന്നു.

പെട്ടെന്നാണ് ഗുരു ലൈബ്രറിയിലേക്കു കയറിവന്നത്. ഷൗക്കത്തേട്ടൻ ചാടിയെണീറ്റു. അല്പം ഗൗരവത്തോടെ ഗുരു ചോദിച്ചു: "താനിതുവരെ എഴുതിക്കഴിഞ്ഞില്ലേ?"

"ഇപ്പൊ കഴിയും ഗുരു.'' ഷൗക്കത്തേട്ടൻ മറുപടി പറഞ്ഞു.

"ആ ഇങ്ങനെ വരുന്നവരുടേം പോകുന്നവരുടേം വായിൽ നോക്കിയിരുന്നാൽ വേഗം കഴിയും.'' ഗുരു പറഞ്ഞു.

പിന്നെ എന്നെ നോക്കി "നീ എന്തു കാഴ്ച കാണാനാ ഇവിടെ നിൽക്കുന്നെ? നിനക്കു ജോലിയൊന്നുമില്ലേ?" എന്നൊരു ചോദ്യവും.

ഗുരു പോയതും ഞാൻ വീണ്ടും ആർട് റൂമിലേക്ക് ഓടിച്ചെന്നു. ഒന്നും സംഭവിച്ചിട്ടില്ലാത്ത മട്ടിൽ പ്രമോദിരുന്ന് വരയ്ക്കുന്നു. ആകാംക്ഷ കൊണ്ട് എനിക്കു ശ്വാസംമുട്ടുന്നുണ്ടായിരുന്നു.

ഞാൻ ചോദിച്ചു: "ഗുരു എന്തുപറഞ്ഞു?"

"ഓ... ഗുരു എത്തുന്നതിനു മുൻപുതന്നെ എന്റെ മുണ്ടുകൊണ്ട് ഞാനിതെല്ലാം തുടച്ചുകളഞ്ഞു. ഗുരു കണ്ടില്ല.'' അയാൾ സന്തോഷത്തോടെ പറഞ്ഞു. എനിക്കു കടുത്ത നിരാശയായി. ഞാൻ അയാളുടെ മുണ്ടിലേക്കു നോക്കി. വെളുത്ത മുണ്ടിലെ നിറങ്ങളുടെ അലങ്കാരക്കൂട്ടം എന്നെ നോക്കി പല്ലിളിച്ചു കാണിക്കുന്നതുപോലെ.

ഞാൻ തീർത്തും നിരുന്മേഷയായി ഗുരുവിന്റെയടുത്തു വന്നു.

ഗുരു ചോദിച്ചു: "ഇതെന്താ നിന്റെ ഉടുപ്പെല്ലാം നനഞ്ഞിരിക്കുന്നത്? നീ വെള്ളത്തിൽ വീണോ?"

''അല്ല ഗുരു, ആ പ്രമോദ് എന്റെ മേൽ കളർ തെറിപ്പിച്ചതാണ്.'' അപ്പോൾ അങ്ങനെ പറയാനാണ് എനിക്കു തോന്നിയത്.

''നിന്റെ മനസ്സിലേക്കൊന്നും അവന്റെ നിറങ്ങൾ വീണില്ലല്ലോ'' ഗുരു ചിരിച്ചു. ആ തമാശ എനിക്കത്രയ്ക്ക് ആസ്വാദ്യമായി തോന്നിയില്ല. എന്നാലും അതിലടങ്ങിയിരുന്ന പൊരുൾ എന്തെന്ന് ഞാൻ മനസ്സിലാക്കിയിരുന്നു.

പിറ്റേന്ന് ടൗണിൽ പോയി മടങ്ങിയപ്പോൾ ഗുരു അയാൾക്ക് രണ്ടു വെളുത്ത മുണ്ടും ഒരു റെയിൻകോട്ടും വാങ്ങിക്കൊണ്ടുകൊടുത്തു.

അതോടുകൂടി അയാളോടുള്ള എന്റെ എല്ലാ അങ്കവും അവസാനിപ്പിച്ച് ഞാൻ അടിയറവു പറഞ്ഞു. അന്നു രാത്രി ഗുഡ്നൈറ്റ് പറയാൻ നേരം ഗുരുവിന്റെ കാലിൽ കെട്ടിപ്പിടിച്ച് എല്ലാ അപരാധങ്ങളും ഏറ്റു പറഞ്ഞ് ഞാൻ മാപ്പപേക്ഷിച്ചു.

ഗുരു എന്നെ അടുത്തു വിളിച്ചിട്ടു പറഞ്ഞു: "അവൻ ഇവിടെ വന്ന അന്നുമുതൽ ഞാൻ നിന്നെ ശ്രദ്ധിക്കുന്നുണ്ടായിരുന്നു. നീ കാട്ടിക്കൂട്ടുന്നതെല്ലാം ഞാൻ അറിയുന്നുമുണ്ടായിരുന്നു. സാരമില്ല മോളെ. നിനക്ക് തിരിച്ചറിവ് ഉണ്ടായല്ലോ. കുറ്റബോധം തോന്നിയല്ലോ. അതു മതി. മേലിൽ ഇതൊന്നും ആരോടും ആവർത്തിക്കാതിരിക്കുക. പിന്നെ അല്പം 'കുസൃതി'യില്ലാതെ എന്തു ജീവിതം മോളെ..."

പശ്ചാത്താപം കൊണ്ട് പരിശുദ്ധമായ മനസ്സുമായാണ് അന്ന് ഞാനുറങ്ങാൻ പോയത്.

ഒരുപാടു മുറികളുള്ള വൃത്തിയുള്ളതും വിശാലവുമായ ഒരു സത്രമായിരുന്നു ഷൗക്കത്തേട്ടന്റെ മനസ്സ്.

ആർക്കു വേണേലും അവിടെക്കേറി താമസിക്കാമായിരുന്നു. സ്ത്രീയോ പുരുഷനോ വൃദ്ധരോ ചെറുപ്പക്കാരോ എന്നൊന്നുമില്ല. ആർക്കു വേണേലും താമസിക്കാം. പൈസയൊന്നും കൊടുക്കണ്ട.

ആരെങ്കിലും വന്ന് സ്ഥിരതാമസമാക്കുന്നതിനു മുൻപുതന്നെ ഒരു മുറി ഞാനവിടെ കണ്ടുവച്ചിരുന്നു.

ഗുരുകുലത്തിൽ എല്ലാം ചേട്ടന്മാരാണ്. ചേച്ചിമാർ രണ്ടുപേരേ ഉണ്ടായിരുന്നുള്ളൂ. എന്നോട് ഏറ്റവും കൂടുതൽ അടുത്തു പെരുമാറിയിരുന്നത് ഷൗക്കത്തേട്ടൻ ആയിരുന്നു. അതുകൊണ്ടുതന്നെ എനിക്കേറ്റവും ഇഷ്ടം ഷൗക്കത്തേട്ടനെതന്നെയായിരുന്നു. ഞങ്ങൾ ഒരുമിച്ചായിരുന്നു ആഹാരം കഴിക്കാൻ പോകുന്നത്. പിന്നെ വന്ന് ഒരുപാടുനേരം സംസാരിച്ചിരിക്കും.

ഷൗക്കത്തേട്ടൻ അധികവും സംസാരിക്കുക വീടിനെക്കുറിച്ചും കൂട്ടുകാരെ കുറിച്ചുമൊക്കെയായിരിക്കും. ഞാൻ ശ്രദ്ധാലുവായ ഒരു ശ്രോതാവിനെ പോലെ എല്ലാം കേട്ടുകൊണ്ടിരിക്കും. അവിടുള്ള പലർക്കും സംശയമായിരുന്നു. ഞങ്ങൾ എന്താണ് ഇത്രമാത്രം പറയുന്നതെന്ന്.

ഒരു ദിവസം ഉച്ചയ്ക്ക് ഞാൻ ആഹാരം കഴിക്കാൻ വരുമ്പോൾ ഷൗക്കത്തേട്ടനും പ്രമോദും കൂടി താഴത്തെ വാട്ടർടാങ്കിന്റെ മുകളിലിരുന്ന് ചോറുണ്ണുകയായിരുന്നു. മിക്കവരും പാത്രത്തിൽ ചോറെടുത്ത് പുറത്തെ വെയിലിൽ വന്നിരുന്നാണ് കഴിക്കുക.

ഞാൻ ചെന്ന് ഷൗക്കത്തേട്ടന്റെ പാത്രത്തിൽ നിന്ന് ഒരുരുള ചോറെടുത്തു കഴിച്ചു. ഷൗക്കത്തേട്ടൻ സ്പൂൺ കൊണ്ടാണ് ചോറുണ്ണുക. സത്യത്തിൽ പ്രമോദ് കാണാൻ വേണ്ടി മാത്രമാണ് ഞാനങ്ങനെ ചെയ്തത്.

എന്നാൽ പ്രമോദ് കൗതുകത്തോടെ എന്റെ ആ പ്രവൃത്തി നോക്കുകയും പെട്ടെന്ന് തന്റെ ചോറുപാത്രവുമായി അല്പം നീങ്ങിയിരിക്കുകയും ചെയ്തു. അപ്പോൾ ഷൗക്കത്തേട്ടൻ പറഞ്ഞു: "നീ പേടിക്കേണ്ട. അവൾക്കീ സ്വാതന്ത്ര്യം എന്നോടു മാത്രമേയുള്ളൂ." അതെനിക്കൊരു അംഗീകാരമായിട്ടാണ് തോന്നിയത്. പിന്നെ ഞാനതൊരു ശീലമാക്കി.

ഗുരുകുലത്തിൽ എന്നും സന്ദർശകരുണ്ടാകും. സുന്ദരിമാരായ ധാരാളം പെൺകുട്ടികളും വരാറുണ്ട്. പെൺകുട്ടികളിൽ മിക്കവരും ഞാൻ നേരത്തെ പറഞ്ഞ സത്രം ഉടമയുടെ മുറികളിൽ കയറി അങ്ങു താമസിച്ചുകളയും. പിന്നെ അവർ പോകുന്നതുവരെ എനിക്കൊരു ശ്വാസംമുട്ടു തന്നെയാണ്. ഞാൻ പിന്നെ ഷൗക്കത്തേട്ടനെ മൈൻഡു ചെയ്യുകയേയില്ല. എന്നാലും ഇടയ്ക്കിടയ്ക്ക് ബാത്റൂമിൽ പോകാനെന്ന വ്യാജേന അതു വഴി നടക്കും. എന്റെ അസുഖം അറിയാവുന്നതുകൊണ്ട് ഷൗക്കത്തേട്ടൻ എന്നെ കാണുമ്പോൾതന്നെ ചിരിക്കാൻ തുടങ്ങും.

ഞാനത് കണ്ടെന്നു നടിക്കാറില്ല.

ഒരിക്കൽ ബാംഗ്ലൂരിൽ നിന്നോ മറ്റോ വന്ന രണ്ടു പെൺകുട്ടികളുമായി ഷൗക്കത്തേട്ടൻ വലിയ ചങ്ങാത്തത്തിലായി. പിന്നെ ആഹാരം കഴിക്കുന്നതും നടക്കാൻ പോകുന്നതും ഒക്കെ അവരോടൊപ്പമായിരുന്നു. എന്നെ ഏറ്റവും കൂടുതൽ വിഷമിപ്പിച്ചത് ആ ദിവസങ്ങളിൽ ഷൗക്കത്തേട്ടൻ എന്നെ കാത്തുനിന്നില്ല എന്നതാണ്.

പിറ്റേന്ന് ഉച്ചയ്ക്ക് ഞാൻ ഗുരുവിന് അഭിമുഖമായിരുന്ന് ഗുരുവിന്റെ മേശ അടുക്കിവയ്ക്കുകയായിരുന്നു. അപ്പോൾ ഗുരു ചോദിച്ചു. "മോളെ, അയാൾ ആ ലേഖനം പകർത്തി എഴുതുവാൻ തുടങ്ങിയോ? പത്രക്കാർ ഇന്നും വിളിച്ചിരുന്നു." കിട്ടിയ അവസരം പാഴാക്കാതെ ഞാൻ പറഞ്ഞു: "ഗുരുവിനു വേറെ പണിയൊന്നുമില്ലെ. ആ പെണ്ണുങ്ങൾ പോകാതെ അയാൾ ഇനി അതെഴുതിത്തീരുമെന്നു തോന്നുന്നില്ല. അതു വാങ്ങി മറ്റാരെക്കൊണ്ടെങ്കിലും എഴുതിക്ക്. അല്ലെങ്കിൽ ഈ ആഴ്ചയല്ല അടുത്ത ആഴ്ച പോലും അതു പത്രത്തിൽ വരില്ല.'' ഞാൻ പറഞ്ഞുകൊണ്ടിരുന്നു. ഗുരു എല്ലാം കേട്ടുകൊണ്ട് കണ്ണടയുടെ പുറത്തുകൂടി എന്നെ വല്ലാതെ നോക്കുകയും ഒരുതരം പരിഹാസച്ചിരി ചിരിക്കുകയും ചെയ്തു. എന്നിട്ട് "കഴിഞ്ഞോ ഷൗക്കത്തേ'' എന്നൊരു ചോദ്യം.

ഞാൻ തിരിഞ്ഞുനോക്കിയപ്പോൾ ഷൗക്കത്തേട്ടനുണ്ട് പുറകിൽ നിൽക്കുന്നു. പകർത്തിയെഴുതിയ ലേഖനം ഗുരുവിന്റെ കൈയിൽ കൊടുത്തിട്ട് മടങ്ങിപ്പോയി. അതെന്റെ കൈയിൽ തന്നിട്ട് "നീ ഇതൊന്നു വായിച്ചേ" എന്ന് ഗുരു പറഞ്ഞു. അപമാനഭാരത്താൽ കുനിഞ്ഞ ശിരസ്സുമായി അല്പം വിറയലോടെതന്നെ ഞാനതു വായിച്ചു.

"കൊള്ളാംല്ലേ മോളേ'' ഗുരു പറഞ്ഞു. ഞാൻ 'ഉം' എന്ന് മൂളുക മാത്രം ചെയ്തു. ഗുരുവിന് ഷൗക്കത്തേട്ടനോട് ഒരു ബഹുമാനമുള്ള സ്നേഹമായിരുന്നു. എടാ പോടാന്നൊന്നും വിളിക്കുന്നത് ഞാൻ കേട്ടിട്ടില്ല.

അന്നു രാത്രി ഷൗക്കത്തേട്ടൻ എന്നെ കാത്തുനിന്നില്ല. മാത്രമല്ല ഞാൻ കോട്ടേജിൽ ചെല്ലുന്നതിനു മുൻപുതന്നെ കതകടച്ചു കളയുകയും ചെയ്തു. പിറ്റേന്ന് ആ പെൺകുട്ടികൾ പോയിക്കഴിഞ്ഞപ്പോൾ ഞാൻ പയ്യെ ഷൗക്കത്തേട്ടന്റടുത്തു ചെന്നു. ഷൗക്കത്തേട്ടൻ പ്രയർ ഹാളിലെ സെറ്റിയിൽ ഇരിക്കുകയായിരുന്നു. ഞാൻ ചെന്നടുത്തിരുന്നതും ഷൗക്കത്തേട്ടൻ ഒന്നും മിണ്ടാതെണീറ്റു പോയി. എനിക്കു സങ്കടം സഹിക്കാനായില്ല. കുറെ നേരം ഞാൻ അവിടിരുന്നു കരഞ്ഞു.

പെട്ടെന്നാണ് ഗുരു അങ്ങോട്ടിറങ്ങിവന്നത്. "വാ മോളേ, ഒന്നു നടന്നിട്ടു വരാം'' എന്നു പറഞ്ഞു. ഞാൻ കണ്ണുതുടച്ചുകൊണ്ട് എണീറ്റു ചെന്നു. ഗുരു ചോദിച്ചു: "നീ കരഞ്ഞോ?"

"ഗുരു, ഷൗക്കത്തേട്ടൻ എന്നോട് മിണ്ടുന്നില്ല.''

ഞാൻ പിന്നെയും കരഞ്ഞു. ഒന്നും മിണ്ടാതെ ഗുരു എന്റെ കൈ പിടിച്ചു നടക്കാൻ തുടങ്ങി.

ആ നടപ്പിൽ ഗുരു എന്തെല്ലാം കാര്യങ്ങളാണ് എനിക്കു പറഞ്ഞു തന്നത്.

ഗുരു പറഞ്ഞു: "മോളെ, നിന്റെ സ്നേഹനിർഭരമായ ആത്മാവിന്റെ മൂന്നാംകണ്ണിൽനിന്നും അടർന്നുവീഴുന്ന ഈ ചുടുകണ്ണീർ വെസ്സുവിയസ്സിനേക്കാൾ തപശ്ശക്തിയുള്ളതാണ്. ഈ പ്രായത്തിൽ നീ കാണിക്കുന്ന ആത്മാർത്ഥതയും സ്നേഹവുമൊക്കെ കാണുമ്പോൾ അറിയാതെ ഞാൻ പറഞ്ഞുപോകുന്നു. ഒരു ദൈവമുണ്ടായിരുന്നെങ്കിൽ ആ ദൈവത്തിന് അനുഗ്രഹിക്കാനുള്ള ശക്തി ഉണ്ടായിരുന്നെങ്കിൽ പ്രാർത്ഥന കേൾക്കാൻ ആ ദൈവത്തിനു കഴിയുമായിരുന്നെങ്കിൽ ആ ദൈവത്തോട് ഞാൻ പറയുമായിരുന്നു. ദൈവമേ ഇവളെപ്പോലുള്ള കുട്ടികളൊന്നും ഒരിക്കലും വളരാതിരിക്കട്ടെ എന്ന്. ഇവരുടെ നിർമലഹൃദയത്തെ രക്ഷിക്കാനെങ്കിലും ദൈവമേ നീ സർവശക്തനാണെങ്കിൽ ഇവരെ ഒരു സത്യസന്ധമായ ഭൂമികയിൽ മാറ്റി പാർപ്പിക്കണേ എന്ന്. എന്നാൽ അങ്ങനെയുള്ള ദൈവം ഇല്ലല്ലോ. അതുകൊണ്ട് എന്റെ പ്രാർത്ഥന നിന്നോടുതന്നെ നടത്തുന്നു" എന്നു പറഞ്ഞ് ഒരു നിമിഷം നിന്നിട്ട് ഗുരുവിനഭിമുഖമായി എന്നെ പിടിച്ചുനിർത്തി. എന്റെ കണ്ണുകളിലേക്കു നോക്കി എന്റെ വലത്തെ തോളിൽ കൈ വച്ചുകൊണ്ട് പറഞ്ഞു: "പൊന്നുമകളെ ഇനിയും എത്രയോ കടുത്ത ജീവിതാനുഭവങ്ങൾ നേരിടേണ്ടിവന്നേക്കാം. അപ്പോഴൊക്കെ ഇങ്ങനെ മനസ്സിന് വാട്ടം വരുത്താതെ, ആത്മാവിൽ കാർക്കശ്യം ഉണ്ടാക്കാതെ സധൈര്യം മുന്നോട്ടുപോവുക. പ്രാർത്ഥനയ്ക്ക് സമയമായി. നീ പോയി കൈയും മുഖവും കഴുകി വിളക്ക് വൃത്തിയാക്കി വയ്ക്കുക. കൂടെ നിന്റെ മനസ്സും.''

അന്ന് കിടക്കുന്നതിനു മുൻപ് എനിക്കു പറയാനുള്ളതെല്ലാം ഒരു പേപ്പറിൽ എഴുതി ഞാൻ ഷൗക്കത്തേട്ടന്റെ മുറിയിൽ കൊണ്ടുവച്ചു. എന്തായാലും അതേറ്റു. ഷൗക്കത്തേട്ടന്റെ പിണക്കം മാറി. പിന്നെ ഞങ്ങൾ സ്നേഹത്തിന്റെ ഉന്നതതലങ്ങളിലേക്കാണ് ഉയിർത്തെണീറ്റത്. ആത്മബോധമുള്ള രണ്ടുപേർക്ക് ജീവിക്കാൻ ശരീരത്തിന്റെ ആവശ്യമില്ലെന്ന് എന്നെ പഠിപ്പിച്ചുതന്നത്, ഒരു സ്ത്രീക്കും പുരുഷനും സ്നേഹത്തിന്റെ ഏതെല്ലാം തലങ്ങളിൽ ഉന്നതരാവാൻ കഴിയുമെന്ന് എന്നെ കാണിച്ചുതന്നത്, സൗഹൃദങ്ങൾക്കുള്ളിലെ പിതാവിനെയും സഹോദരനെയും കൂട്ടുകാരനെയും അനുഭവിപ്പിച്ചുതന്നത്, പരിപാവനമായ സ്നേഹത്തിലെ പരിശുദ്ധിയും പവിത്രതയും പ്രണയത്തേക്കാൾ മനോഹരമാണെന്ന് പറഞ്ഞുതന്നത് എല്ലാം... എല്ലാം... ആ ആത്മമിത്രമായിരുന്നു... എന്റെ ഷൗക്കത്തേട്ടൻ.

പിന്നെയും എത്രയോ കാലം ഞങ്ങൾ അറിഞ്ഞും അറിയിച്ചും ജീവിച്ചു... സ്നേഹിച്ചു... ഇപ്പോഴും.

ഏഴ്

ഗുരുവിന്റെ ആർട്ട്റൂമിലെ ഭിത്തിയിൽ ചിത്രരചന രസകരമായി നടക്കുന്നതിനിടയിലാണ് ഗുരുവിന്റെ മനസ്സിനെ പിടിച്ചുകുലുക്കിയ ആ സംഭവം ഉണ്ടായത്. ഗുരുവിന്റെ വിശ്വാസവും സ്നേഹവും അങ്ങേയറ്റം പിടിച്ചുപറ്റിയ ഒരാൾ തന്നെ ഗുരുവിനോട് ആത്മവഞ്ചന ചെയ്തു. അത് ഗുരുവിനു സഹിക്കാൻ പറ്റുന്നതിലും അപ്പുറത്തായിരുന്നു.

വിശ്വാസവഞ്ചന ഒരു ഗുരുവും സഹിക്കുന്നതല്ലല്ലോ. ഗുരുവിന്റെ മനസ്സു തളർന്നു. ഗുരുവിന് അസുഖം ബാധിച്ചു. കുറച്ചു ദിവസത്തേക്ക് എവിടേക്കെങ്കിലും ഒന്നു മാറിനിൽക്കാൻ ഗുരു ആഗ്രഹിച്ചു. അത്രയ്ക്കും ലോലമായിരുന്നു ഗുരുവിന്റെ മനസ്സ്. കോയമ്പത്തൂർ ഉള്ള അശോകേട്ടനെ വിളിച്ചു വിവരം പറഞ്ഞു. ഉടൻ പുറപ്പെട്ടോളാൻ അശോകേട്ടൻ പറഞ്ഞു. ഗുരുകുലത്തിലുണ്ടായിരുന്ന ഒട്ടു മിക്കവരെയും അവരവരുടെ വീടുകളിൽ പറഞ്ഞയച്ചു. പ്രമോദേട്ടനും പ്രമോദും തമ്പാൻ അണ്ണനും ധർമ്മനും ഭയ്യാസ്വാമിയും.... അങ്ങനെ ചിലരെ മാത്രം അവിടെ നിർത്തി ഗുരുവും ജ്യോതിയേച്ചിയും ഞാനും കോയമ്പത്തൂർക്ക് പുറപ്പെട്ടു.

ഗുരുവിനെ ബാത്റൂം കാര്യങ്ങൾക്കൊക്കെ സഹായിക്കുന്ന ഗിരിയണ്ണൻ (സ്വാമിത്യാഗീശ്വരൻ) എന്തോ ആവശ്യത്തിന് നാട്ടിൽ പോയിരിക്കുകയായിരുന്നു. ഗുരുവിനു തനിയെ വെള്ളം തലയിൽ ഒഴിക്കാനോ തല തുടയ്ക്കാനോ ഒന്നും കഴിയില്ലായിരുന്നു.

രാവിലെ ഗുരുവിനു കുളിക്കാനുള്ള സമയമായപ്പോൾ ജ്യോതിയേച്ചി അസ്വസ്ഥയായി. ആരാണ് ഗുരുവിനെ ഒന്നു സഹായിക്കുക.

അപ്പോഴാണ് മനു (ആനന്ദ നാദ യോഗി) അവിടെ വന്ന കാര്യം ചേച്ചി ഓർത്തത്. അവർ ഉടൻ മനുവിനെ വിളിച്ച് കാര്യം പറഞ്ഞു. “ഗുരുവിനെ ബാത്റൂമിൽ സഹായിക്കാനോ” മനു അമ്പരന്നു. ഭയവും ഭക്തിയും ബഹുമാനവും എല്ലാം കൂടി മനു നിന്നു വിളറിയതേയുള്ളൂ. അപ്പോഴേക്കും ബാത്റൂമിൽ നിന്നും ഗുരുവിന്റെ ശബ്ദം കേട്ടു. “ജ്യോതി... മോളെ ഇങ്ങു വിളിക്കൂ.” ജ്യോതിയേച്ചി പറഞ്ഞു. “കുഞ്ഞു.... നീ ചെന്നു ഗുരുവിനെ സഹായിക്കൂ.”

അന്ന് ഗുരുവിനു വേണ്ടതെല്ലാം ചെയ്തുകൊടുത്തു കട്ടിലിൽ കൊണ്ടിരിത്തി പാദങ്ങൾ തുടച്ച് സോക്സ് ഇടീക്കുമ്പോഴും മുടി ചീകി വെയ്ക്കുമ്പോഴും ഗുരു എന്റെ മുഖത്തേക്ക് എന്തോ അദ്ഭുതം കണ്ടെന്ന പോലെ പകച്ചുനോക്കിക്കൊണ്ടിരിക്കുകയായിരുന്നു. ഞാൻ ചോദിച്ചു.... "ഉം.... എന്തുപറ്റി? എന്താ ഇങ്ങനെ നോക്കുന്നെ?"

ഗുരു അപ്പോഴും എന്തോ ചിന്തിച്ചുകൊണ്ടിരിക്കുകയായിരുന്നു. വേറെ ഏതോ ലോകത്തിലെന്നപോലെ തളർന്ന ശബ്ദത്തിൽ പറഞ്ഞു, "നട രാജഗുരു പറഞ്ഞതാ മോളേ ശരി. സ്ത്രീകൾക്ക് പ്രത്യേക ആശ്രമം വേണം. സ്ത്രീ–സംരക്ഷിക്കപ്പെടേണ്ടവൾ തന്നെയാണ് എന്റെ മോൾക്കും വേണം ഒരു സംരക്ഷണം."

ഗുരുവിന്റെ കണ്ണുകളിൽ നിസ്സഹായത കലർന്ന ഒരു ക്ഷീണം നിഴ ലിച്ചിരുന്നു. ഞാൻ വെറുതെ ചിരിച്ചതേയുള്ളു. ഗുരുവിന്റെ മനസ്സിലെ ആകുലത എനിക്കു നന്നേ മനസ്സിലാകുന്നുണ്ടായിരുന്നു. പിറ്റേന്നുതന്നെ ജ്യോതിയേച്ചിയും നാട്ടിലേക്കു മടങ്ങി. മനുവും പോയെന്നു തോന്നുന്നു.

എന്തായാലും ഗിരിയണ്ണൻ ഓടിയെത്തി. ഗുരു ആരോഗ്യം വീണ്ടെടു ത്തുതുടങ്ങി. അപ്പോഴും ഗുരുവിന്റെ മനസ്സു നിറയെ പ്രമോദും അയാൾ വരയ്ക്കുന്ന ഗുരുവിന്റെ സ്വപ്നങ്ങളും ആയിരുന്നു.

വരയ്ക്കാൻ ചില കളറുകൾ കൂടി വേണമെന്ന് പ്രമോദ് വിളിച്ചു പറ ഞ്ഞപ്പോൾ ഗുരു പ്രമോദിനെ കോയമ്പത്തൂർക്ക് വിളിച്ചു വരുത്തി ടൗണിൽ കൂട്ടിക്കൊണ്ടുപോയി ആവശ്യമുള്ള നിറങ്ങൾ വാങ്ങിക്കൊടുത്തു. ഒരു കൊച്ചു കുഞ്ഞിന്റെ ആവേശത്തോടെ നിറങ്ങളും ബ്രഷുകളും തിരഞ്ഞെ ടുക്കുന്നത് കാണാൻ നല്ല കൗതുകം തന്നെയായിരുന്നു. ഒരു ഊന്നുവടി യായി നിന്ന് ഞാൻ എല്ലാം ആസ്വദിക്കുകയായിരുന്നു. അധികം താമസി യാതെ ഞങ്ങൾ ഊട്ടിയിലേക്ക് മടങ്ങിപ്പോന്നു.

എട്ട്

ഞാങ്ങൾ ഊട്ടിയിൽ മടങ്ങിയെത്തിയപ്പോൾ ഗുരുകുലം തീർത്തും നിശ്ശബ്ദമായിരുന്നു. വല്ലാത്തൊരു മൂകത എല്ലാടത്തും നിറഞ്ഞു നിൽക്കുന്നുണ്ടായിരുന്നു. ഫോഗിനുള്ളിൽ തളർന്നു നിൽക്കുന്ന യൂക്കാലി മരങ്ങൾപോലും പ്രേതങ്ങളെപ്പോലെ എന്നെ പേടിപ്പിച്ചു.

രാമകൃഷ്ണേട്ടൻ സ്വന്തമായുണ്ടാക്കിയ ഹട്ടിലായിരുന്നു പ്രമോദ് കിടന്നിരുന്നത്. പ്രമോദിനു പറയാൻ ഒരുപാടു കഥകളുണ്ടായിരുന്നു. ഒരു ദിവസം രാത്രി ഹട്ടിന്റെ കതകിൽ ആരോ വന്നു മുട്ടിയത്രേ. (ജയിൽ ചാടിയ ചില കള്ളന്മാർ നീലഗിരിയിലെ കാടിന്നുള്ളിൽ ഒളിച്ചു താമസിക്കുന്നുണ്ടെന്നും രാത്രിയിൽ അവർ ഗ്രാമത്തിലേക്കിറങ്ങി ഗ്രാമവാസികളെ ഉപദ്രവിക്കുന്നുണ്ടെന്നും ഒരു കഥ പരന്നിരുന്നു.)

അതുകൊണ്ടുതന്നെ പ്രമോദ് ഭയന്നിരുന്നെങ്കിലും ഉള്ള ധൈര്യമൊക്കെ സംഭരിച്ചു പതിയെ ഡോർ തുറന്നു നോക്കിയപ്പോൾ അലഞ്ഞു തിരിഞ്ഞു നടക്കുന്ന രണ്ടു കുതിരകളായിരുന്നത്രെ.

എന്തായാലും ഗുരു പ്രമോദിനോട് പറഞ്ഞു ഇനി അവിടെ കിടക്കണ്ട; റിസപ്ഷൻ ബിൽഡിംഗിൽ കിടന്നാൽ മതിയെന്ന്. അങ്ങനെയാണ് പ്രമോദ് ഞങ്ങൾ കിടക്കുന്ന കോട്ടേജിലെ താമസകാരനായത്.

ഷൗക്കത്തേട്ടനും കറങ്ങലൊക്കെ കഴിഞ്ഞു തിരിച്ചെത്തിയിരുന്നു. ഏറ്റവും ദൂരെയുള്ള ഹട്ട് ശശി മേമുറിയുടെതായിരുന്നു. ആ ഹട്ടിന്റെ പേരുതന്നെ ശശിയുടെ ഹട്ട് എന്നായിരുന്നു. ശശി അപ്പോൾ അവിടെ ഇല്ലായിരുന്നു എന്നാണെന്റെ ഓർമ്മ.

ഗുരുവിനടുത്തുനിന്നും എഴുത്തെല്ലാം കഴിഞ്ഞ് രാത്രിയിൽ ഞാൻ മടങ്ങിയെത്തുമ്പോൾ ധർമ്മന്റെ മുറിയിൽ പാട്ടുവെച്ച് ചേട്ടന്മാരെല്ലാം കൂടിയിരിക്കുന്നുണ്ടാകും. കുറച്ചുനേരം ഞാനും അവരോടൊപ്പം കൂടും. പിന്നെ പോയി കിടക്കും.

ഞാനൊരു പെൺകുട്ടി മാത്രം അവിടെ താമസിക്കുന്നത് ഗുരുവിൽ അല്പം അസ്വസ്ഥത ഉണ്ടാക്കിയിരുന്നു. ഒരു ദിവസം ഉച്ചമയക്കത്തിൽ നിന്നും ഗുരു ഉണർന്നപ്പോൾ ഞാൻ താഴെ എഴുത്തുമുറിയുടെ പടിയിൽ തനിയെ ഇരിക്കുന്നതു കണ്ടിട്ട് ഗുരു എന്നോടു പറഞ്ഞു. “നീ ഇങ്ങനെ

എപ്പോഴും എനിക്കു കാവലായിരുന്നാൽ നിനക്കെന്തു ഭാവിയാണു മോളെ ഉണ്ടാകുന്നത്? അതുകൊണ്ട് നീ പോയി പഠിച്ച് പരീക്ഷ എഴുതി നിന്റെ ഡിഗ്രി പൂർത്തിയാക്കണം.

കിളക്കാനുള്ള കൂന്താലിയും റോളക്സ് വാച്ചും ഉണ്ടാക്കുന്നത് ഇരുമ്പു കൊണ്ടുതന്നെയാണ്. ശുദ്ധീകരിക്കണം; പതം വരുത്തണം; സസ്സൂക്ഷ്മമായ പണിത്തരങ്ങൾ വേണം. അടിസ്ഥാന വസ്തുവായ കാരിരുമ്പ് നിന്റെ കൈയിലുണ്ട്. സമയവും ശ്രദ്ധയും ശ്രമവും ഉണ്ടെങ്കിൽ നിനക്ക് ആരു വേണമെങ്കിലും ആയിത്തീരാം. പിന്നെ പെണ്ണായിരിക്കുമ്പോൾ കവലനായ്ക്കൾ പിന്നാലെ ഓടിക്കൂടും. അവരുടെ കടികൊള്ളാതെയും തുപ്പലുപെരളാതെയും വ്യക്തിത്വവും സ്വാതന്ത്ര്യവും സൂക്ഷിക്കണം. അതിനുള്ള കഴിവ് നിനക്കുണ്ട്. പരിചയിക്കേണ്ട സാഹിത്യകാരന്മാരെ ഒന്നൊന്നായി ഞാൻ കാണിച്ചു തരാം. കാട്ടിൽപോകുന്ന വേട്ടക്കാരൻ വേട്ടയിൽ കിട്ടുന്ന മാനിന്റെ ഹൃദയം സൂക്ഷിച്ചെടുത്ത് ഭദ്രമായി വീട്ടിൽ കൊണ്ടുപോകുന്നതുപോലെ നിനക്കു സാഹിത്യത്തെ സ്വന്തമാക്കാം.

നാരായണഗുരു, ആശാൻ എന്നിവരുടെ കവിതയിലെ മനുഷ്യപ്രകൃതിയും സ്നേഹവും താരതമ്യവും ചെയ്യുന്ന ഒരു റിസർച്ച് സ്കോളർ ആകണം. എന്റെ മലയാളം പുസ്തകങ്ങൾ ചേർത്തുവെച്ച് കളക്റ്റ് വർക്ക്സായി എഡിറ്റ് ചെയ്യണം. ഇതൊക്കെ നിന്നെക്കൊണ്ടാവും മോളെ."

ഗുരു പിന്നെയും ഗുരുവിന്റെ സ്വപ്നങ്ങൾ പറഞ്ഞുകൊണ്ടിരുന്നു. പക്ഷേ അതൊന്നും എന്റെ ചെവിയിൽ കയറുന്നുണ്ടായിരുന്നില്ല. ഒരു കാര്യം മാത്രം എനിക്കു മനസ്സിലായി... എന്നെയും അവിടുന്നു പറഞ്ഞു വിടാനുള്ള പദ്ധതി ഗുരു ആസൂത്രണം ചെയ്യുകയായിരുന്നൂന്ന്.

ഞാൻ പറഞ്ഞു, എനിക്ക് ആരും ആയിത്തീരേണ്ട. ഇവിടിങ്ങനെ ഗുരുവിന്റെ മകളായി ജീവിച്ചാൽ മാത്രം മതിയെന്ന്. ഗുരു പറഞ്ഞു, "നീ ഇപ്പോൾ എന്റെ മകളല്ലേ? ഇതിൽക്കൂടുതൽ ഇനി എങ്ങനെയാവും?"

എനിക്കൊന്നും പറയാനുണ്ടായിരുന്നില്ല. അതുകൊണ്ട് ഞാനൊന്നും പറഞ്ഞതുമില്ല വെറുതെ ഗുരുവിന്റെ മുഖത്തേക്ക് നോക്കിക്കൊണ്ടിരുന്നു.

ഗുരുവിനെ വിട്ടുള്ള ഒരു ജീവിതത്തെക്കുറിച്ച് എനിക്കു ചിന്തിക്കാൻപോലും കഴിയുമായിരുന്നില്ല. അത്രയ്ക്കും എന്റെ ഹൃദയം ഗുരുവുമായി ചേർന്നുപോയിരുന്നു. എന്റെ കണ്ണുകളിലെ നിസ്സംഗത കണ്ടിട്ടാകാം... ഗുരു പറഞ്ഞു... "ശരി നീ എങ്ങോട്ടും പോകണ്ട. എണീറ്റു ചെന്ന് ഒരു ചായയിടു. അതുകുടിച്ചിട്ട് നമുക്ക് ഒന്ന് ആർട്ട് റൂം വരെ പോകണം. ആശങ്കകൾ നിറഞ്ഞ മനസ്സുമായി ഞാൻ എണീറ്റ് അടുക്കളയിലേക്ക് പോയി. അപ്പോഴും എന്റെ ഉള്ളിലിരുന്നു ആരോ പറയുന്നതുപോലെ എനിക്കു തോന്നി. "ഗുരുവിനെ വിട്ടു എന്തു ജീവിതമാണ് നിനക്കു കിട്ടാൻ പോകുന്നത്? ഗുരുവിനേക്കാൾ വലുതായി ഇനി എന്താണ് നിനക്കു കിട്ടാനുള്ളത്...?"

ഒമ്പത്

എന്തായാലും ഗുരുവിനെ വിട്ട് ഞാൻ എങ്ങോട്ടും പോയില്ല. കുറെ ദിവസങ്ങൾ കഴിഞ്ഞപ്പോൾ ജ്യോതിയേച്ചിയും മടങ്ങിയെത്തി.

ഏകദേശം എട്ടുമാസമെടുത്തെന്നു തോന്നുന്നു പ്രമോദിന്റെ ചിത്രരചന പൂർത്തിയാക്കാൻ. ഗുരുവിന്റെ ആർട് റൂമിന്റെ ഭിത്തിയിൽ 9 അടി ഉയരത്തിൽ 12 അടി വീതിയിൽ ഗുരുവിന്റെ - നടരാജഗുരുവിന്റെ - ഗ്യാരിഡേവിസിന്റെ - എല്ലാം സ്വപ്നം 'ലോകത്തിന് ഒരോർമക്കുറിപ്പ്' ഉണർന്നുവന്നു.

ഗുരു അത്യധികം സന്തോഷവാനായിരുന്നു. ഗുരു പ്രമോദിനെ കെട്ടിപ്പിടിച്ചുകൊണ്ടു പറഞ്ഞു. "എടോ ഭഗവാനെ ഈ ഏകലോക സങ്കല്പം എന്റെ ചിത്രപുരയിലെങ്കിലും ഫലവത്താകട്ടെ. ഇവിടെ വന്നു പോകുന്ന സന്ദർശകർക്കെങ്കിലും ഇത് അനുഭവമാകട്ടെ. ഇതിലൂടെ നീയും ഈ ലോകത്തിന്റെ ഒരു ഭാഗമായിത്തീരട്ടെ.''

എന്തോ, എന്റെയുള്ളിലും പ്രമോദിനോട് ഒരു ചെറിയ ആരാധന ഉണ്ടായി എന്നു തോന്നുന്നു. തന്റെ ദൗത്യം പൂർത്തിയായി, ഇനി ഞാൻ മടങ്ങട്ടെ എന്ന ഭാവത്തിൽ പ്രമോദ് ഗുരുവിനു മുന്നിൽ നിന്നു.

"വീട്ടിൽ പ്രായമായ അച്ഛനും അമ്മയും ആണുള്ളത്. ഞാൻ പോയാലോ ഗുരു?" പ്രമോദ് ചോദിച്ചു. ഗുരു പ്രമോദിനെയും കൊണ്ട് ഗുരുവിന്റെ ഗ്രീൻഹൗസിലേക്കു പോയി. അവിടം നിറയെ മനോഹരമായ പൂക്കളും ചെടികളുമാണ്. അധികവും കള്ളിച്ചെടികളാണ്. സുന്ദരങ്ങളായ പൂക്കളെ വടിയുടെ അറ്റംകൊണ്ട് മൃദുവായ് തൊട്ടുകൊണ്ട് ഓരോന്നിന്റെയും പേരുകൾ പറഞ്ഞുകൊണ്ടിരുന്നു. പിന്നെ പറഞ്ഞു: "നിനക്കു ധൃതിയില്ലെങ്കിൽ ഈ പൂക്കളൊക്കെ ഒന്നു വരച്ചുതന്നിട്ടു പോകൂ."

കേൾക്കേണ്ട മാത്രയിൽ പ്രമോദ് ഓടിപ്പോയി കുറച്ചു വെള്ളപേപ്പർ എടുത്തുകൊണ്ടുവന്നു. സ്കെച്ച് പെൻ ഉപയോഗിച്ച് ഓരോന്നായി വരയ്ക്കാൻ തുടങ്ങി. ഒന്നുരണ്ടെണ്ണം ഗുരുവും വരച്ചു. പിന്നെ കുറെ നാൾ പ്രിയപ്പെട്ടവർക്കെല്ലാം ഗുരു ഈ പേപ്പറിലാണ് കത്തെഴുതി

ക്കൊണ്ടിരുന്നത്. ആ ജോലിയും തീർന്നപ്പോൾ പ്രമോദ് വീട്ടിലേക്കു മടങ്ങാൻ തീരുമാനിച്ചു.

പോകുന്നതിന്റെ തലേന്നാൾ ഞാനും ഷൗക്കത്ത് ഏട്ടനും പ്രമോദും ഒരുമിച്ച് കുറച്ചു ദൂരം നടക്കാൻ പോയി. തേയിലത്തോട്ടത്തിലൂടെയും സൈപ്രസ്സിനും യൂക്കാലിമരങ്ങൾക്കും ചുവട്ടിലൂടെയും ഞങ്ങൾ ബഹുദൂരം നടന്നു.

പ്രമോദിന്റെ ക്യാമറയിൽ ഞങ്ങൾ കുറെ ഫോട്ടോകൾ എടുത്തു. മഞ്ഞു വീഴാൻ തുടങ്ങിയപ്പോഴേക്കും ഞങ്ങൾ തിരിച്ചുനടന്നു. അന്നാണ് കുറച്ചുനേരം പ്രമോദ് എന്നോടു സംസാരിച്ചത്.

ഗുരു അടുത്തുള്ള പള്ളിയിൽ എന്തോ പ്രോഗ്രാമിൽ പങ്കെടുക്കാൻ പോയിരിക്കുകയായിരുന്നു. ഞങ്ങൾ പ്രയർ ഹാളിൽ വന്ന് വീണ്ടും സംസാരിച്ചുകൊണ്ടിരുന്നു.

പ്രമോദ് ഇടയ്ക്കിടെ ഷൗക്കത്ത് ഏട്ടനെ കെട്ടിപ്പിടിക്കുകയും ഉമ്മവയ്ക്കുകയുമൊക്കെ ചെയ്തുകൊണ്ടിരുന്നു. രാത്രി കുറച്ചുനേരം ഞാനും പ്രമോദിന്റെ മുറിയിൽ ചെന്നിരുന്നു. പ്രമോദ് പായ്ക്ക് ചെയ്യുകയായിരുന്നു. അവിടെ ജൂനിയർ അന്തേവാസികൾ എല്ലാം ഉണ്ടായിരുന്നു. പ്രമോദിന് എല്ലാവരോടും നല്ല സ്നേഹമായിരുന്നു. അല്പം കുറ്റബോധമൊക്കെ ഉണ്ടായിരുന്നെങ്കിലും എനിക്കും വിഷമം തോന്നാതിരുന്നില്ല.

പ്രമോദ് പറഞ്ഞു: "എനിക്ക് സുഗതയോട് വിരോധമൊന്നുമില്ലാട്ടോ. നീറുന്നതാണെങ്കിലും കുറച്ചു നല്ല ഓർമകൾ തന്ന ആളല്ലെ. മറക്കില്ലാട്ടോ."

എന്റെ മുഖത്തെ ഭാവം കണ്ടിട്ടാകാം, ഷൗക്കത്ത് ഏട്ടൻ പറഞ്ഞു: "അവള് പാവമാടാ. ഇത്തിരി സ്നേഹം കൂടുതലാ. അതിന്റെ ഒരു കുഴപ്പമേ ഉള്ളൂ.''

എനിക്ക് സങ്കടം വന്നു. ഞാൻ പെട്ടെന്നുതന്നെ അവിടെനിന്ന് ഇറങ്ങിപ്പോന്നു.

പിറ്റേന്ന് പ്രാർത്ഥനയും ആഹാരവും കഴിഞ്ഞ് ഗുരുവിന്റെയടുത്ത് യാത്ര പറയാൻ പ്രമോദ് ചെന്നപ്പോൾ ഗുരു എന്തോ തന്റെ അലമാരയിൽ തിരയുകയായിരുന്നു. ഗുരുവിന്റെ മുറിയിൽ സന്ദർശകരുൾപ്പെടെ കുറെപ്പേർ ഉണ്ടായിരുന്നു. അലമാരയിൽനിന്നും പളുങ്കുപോലെ തിളങ്ങുന്ന ഒരു ക്രിസ്റ്റൽ എടുത്ത് അതൊരു ചില്ലുപാത്രത്തിലാക്കി കുറച്ചുനേരം ധ്യാനിച്ചിരുന്നു. പിന്നെ പ്രമോദിനെ അരികിൽ വിളിച്ചു പറഞ്ഞു: "ഇതാ നിനക്ക് എന്റെ ദക്ഷിണ."

പെട്ടെന്ന് പ്രമോദ് ഗുരുവിന്റെ പാദങ്ങളിൽ നമസ്കരിച്ചു. ഗുരുവിനെ കെട്ടിപ്പിടിച്ച് മടിയിൽ മുഖമമർത്തി തേങ്ങാൻ തുടങ്ങി. ഗുരു അനങ്ങാതെ

ഇരിക്കുകയായിരുന്നു. ഗുരുവിന്റെ മുഖം പല വർണങ്ങളാൽ വിവർണ മായിരുന്നു. നെറ്റിയിൽ നിന്നോ കണ്ണിൽ നിന്നോ രണ്ടു തുള്ളി ജലം അ യാളുടെ നെറുകയിലേക്കിറ്റുവീണു. രണ്ടുപേരും കൂടുതൽ വികാരഭരി തരാവും മുൻപേ ജ്യോതിയേച്ചി പറഞ്ഞു: "മോനെ നീ എണീറ്റ് അത് വാങ്ങൂ.''

പ്രമോദ് എണീറ്റ് രണ്ടു കൈയും നീട്ടി ആ ക്രിസ്റ്റൽ വാങ്ങി. അപ്പോൾ വിറയാർന്ന ശബ്ദത്തിൽ ഗുരു പറയുന്നുണ്ടായിരുന്നു. "നിനക്കിത് ഉപകരിക്കും. ഏതാപത്തിൽനിന്നും നിന്നെ രക്ഷിക്കാൻ ഇതിനു കഴിയും. നീ ഇതൊന്ന് നിന്റെ നെഞ്ചിൽ ചേർത്തു വച്ചു നോക്കൂ. എന്റെ ഹൃദയ സ്പന്ദനം നിനക്കു കേൾക്കാം.''

അപ്പോഴത്തെ ഗുരുവിന്റെ മുഖം എനിക്കു പറഞ്ഞറിയിക്കാൻ വയ്യ. ഞാൻ ചുറ്റും നോക്കി. ആ മുറിയിൽ നിന്നിരുന്നവരെല്ലാം കരയുകയാണ്. ഓരോരുത്തരായി കണ്ണും മൂക്കും തുടച്ചു പുറത്തേക്കിറങ്ങി.

പിന്നെ ഞാനും ജ്യോതിയേച്ചിയും വേറെ ഒന്നുരണ്ടുപേരും മാത്രം. ഗുരു പറഞ്ഞു: "ജ്യോതി, അതിങ്ങു കൊണ്ടു വാ മോളേ.''

ജ്യോതിയേച്ചി ഒരു പൊതിയെടുത്ത് ഗുരുവിന്റെ കൈയിൽ കൊടുത്തു. ഗുരു ആ പൊതി പ്രമോദിനു കൊടുത്തുകൊണ്ടു പറഞ്ഞു: "ഇതും നിനക്കാണ്."

കരഞ്ഞിട്ടാവാം, പ്രമോദിന്റെ മുഖം ചുവന്നിരുന്നു. കണ്ണു തുടച്ചു കൊണ്ട് അയാൾ ആ പൊതി തുറന്നുനോക്കി. നൂറിന്റെ കുറെ നോട്ടു കളായിരുന്നു അത്.

"അയ്യോ, പൈസയോ! ഇത് എനിക്കുവേണ്ട ഗുരു." അയാൾ പറഞ്ഞു.

"ഇതെന്റെ സന്തോഷമാണ്. നീയിതു സ്വീകരിക്കണം മോനെ" ഗുരു പറഞ്ഞു.

അതിൽനിന്ന് ഒരു നോട്ടു മാത്രം എടുത്തിട്ട് ബാക്കി അതേപോലെ പൊതിഞ്ഞ് തിരിച്ചേല്പിച്ചിട്ട് പ്രമോദ് പറഞ്ഞു:

"സ്വീകരിച്ചാലും ഗുരു. ഇതെന്റെ ദക്ഷിണയാണ്.''

അതു വാങ്ങി എന്റെ കൈയിൽ തന്നിട്ട് ഒന്നുകൂടി ഗുരു അയാളെ ചേർത്തുപിടിച്ചു. അയാളുടെ നെറുകയിൽ ചുംബിച്ചുകൊണ്ട് ഗുരു പറഞ്ഞു: "നീ നല്ലവനാണ്... നിനക്ക് നല്ലതേ വരൂ.''

പിന്നെ അവിടെ നിൽക്കാനുള്ള ത്രാണി എനിക്കും ഉണ്ടായില്ല. ആ പൈസ ഗുരുവിന്റെ മേശയിൽ വച്ച് ഞാൻ പുറത്തേക്കിറങ്ങി. പിന്നെ അവിടെ എന്തൊക്കെ നടന്നുവെന്ന് എനിക്കറിയില്ല.

എന്തായാലും പ്രമോദ് പോയി. കുറച്ചുദൂരം ഷൗക്കത്ത് ഏട്ടനും കൂട്ടു പോയി. ഞാൻ നോക്കിനിന്നു. അടുക്കളയുടെ പിന്നാമ്പുറത്തുള്ള

ക്യാബേജ് തോട്ടത്തിനും അപ്പുറത്ത് താഴ്വാരത്തിൽ അവർ മറയുന്നതു വരെ. പ്രമോദ് കൈയുയർത്തി കാണിച്ചു. ഞാനും.

വീണ്ടും ഗുരുവിന്റെ മുറിയിലേക്ക്. ഗുരു ഉറങ്ങുകയാണെന്ന് കരുതി ശബ്ദമുണ്ടാക്കാതെയാണ് ഞാൻ അകത്തുകടന്നത്.

എന്നാൽ കണ്ണു തുറക്കാതെതന്നെ ഗുരു ചോദിച്ചു: “അവൻ പോയോ മോളെ.’’

“ഉം. പോയി ഗുരു.” ഞാൻ പറഞ്ഞു.

“അവൻ നല്ലവരിൽ നല്ലവനാണ് മോളെ. ഇതുപോലെ ശുദ്ധിയുള്ള ഒരു ചെറുപ്പക്കാരനെ ഞാൻ കണ്ടിട്ടില്ല. അവന്റെ വൃദ്ധരായ മാതാപിതാക്കൾ അവനെ കാത്തിരിക്കുമ്പോൾ ഇവിടെ പിടിച്ചുനിർത്താൻ നമുക്കാവില്ലല്ലോ. പോട്ടെ അല്ലേ.’’

ഞാൻ ഗുരുവിന്റെ കട്ടിലിൽ മുഖമമർത്തി ഒന്നും മിണ്ടാതെ തറയിൽ കുത്തിയിരുന്നു. ഗുരു എന്റെ ഭാഗത്തേക്ക് അല്പം ചെരിഞ്ഞ് മയങ്ങാൻ തുടങ്ങി.

പത്ത്

പ്രമോദ് പോയിക്കഴിഞ്ഞ് രണ്ടുദിവസത്തേക്ക് ഗുരു ആർട് റൂമിൽ പോയതേയില്ല. എന്തോ, എല്ലാ കാര്യങ്ങൾക്കും ഒരു ഉദാസീനത പോലെ. ലൈബ്രറിയിൽ ആയിരുന്നു മുഴുവൻ ശ്രദ്ധയും. പുസ്തകങ്ങൾ അടുക്കിവയ്ക്കുകയും ഷെൽഫുകൾ തുടച്ചു വൃത്തിയാക്കുകയും ഒക്കെ ആയിരുന്നു. ഗുരുവിന്റെ പിയാനോ പോലുള്ള മേശ ആർട് റൂമിൽ കൊണ്ടിട്ട് അതിലിരുന്ന് ചിത്രം വരയ്ക്കുകയായിരുന്നു പിന്നത്തെ പരിപാടി.

സഹായിയായി ഞാൻ എപ്പോഴും പിന്നിലുണ്ടാകും. കളറും ബ്രഷും വെള്ളവും ഒക്കെ എടുത്തുകൊടുത്ത് ഗുരു വരയ്ക്കുന്നതും നോക്കി ഞാനങ്ങനെ നിൽക്കും.

വരയ്ക്കുന്നതിനിടയിൽ ഗുരു ഓരോ കഥകൾ പറഞ്ഞുകൊണ്ടിരിക്കും. ഗുരു പണ്ട് പട്ടാളത്തിൽ ചേർന്നതും അവിടുന്ന് ഒളിച്ചോടിപ്പോന്നതും പുനലൂർക്കുള്ള ട്രെയിൻ ആണെന്നു കരുതി പൂനെക്കുള്ള ട്രെയിനിൽ കയറിപ്പോയതും. അങ്ങനെ അനവധി രസമുള്ള അനുഭവകഥകൾ. ആർട് റൂമിന്റെ വിശാലമായ ചില്ലുജാലകത്തിലൂടെ ഊട്ടിയുടെ മനോഹാരിതയും നുകർന്നുകൊണ്ട് ഞാൻ എല്ലാം മൂളിക്കേൾക്കും.

വരയെല്ലാം കഴിഞ്ഞ് ബ്രഷുകൾ കഴുകിവയ്ക്കുമ്പോൾ ഗുരു പറഞ്ഞു: "നോക്കൂ മോളെ, അവനെത്ര വൃത്തിയായിട്ടാണ് ഈ ബ്രഷുകളും നിറങ്ങളുമെല്ലാം അടുക്കിവച്ചിരിക്കുന്നത്. അവൻ നടരാജഗുരുവിനെപ്പോലെയാണ്. റൂസ്സോയെപ്പോലെയാണ്. എന്റെ ഹൃദയാരാമത്തിൽ ഒരു പൂന്തെന്നൽ വന്നു തഴുകിപ്പോയപോലെയാണ് അവൻ വന്നുപോയത്.''

പ്രമോദിനെപ്പറ്റിയാണ്. ഞാൻ മൗനമായി എല്ലാം കേട്ടുകൊണ്ടിരുന്നു. ഗുരു എന്തിനാണ് അയാളെ ഇത്രയധികം പുകഴ്ത്തിപ്പറയുന്നതെന്ന് അന്നൊന്നും എനിക്കു മനസ്സിലായില്ലായിരുന്നു. ഗുരുവിന്റെ ഉള്ളിലെ ആ പഴയ സംഭവത്തിന്റെ ഭയം ഇടയ്ക്കിടയ്ക്ക് എനിക്ക് അനുഭവപ്പെട്ടിരുന്നു.

ഒരു ദിവസം ഗുരു പറഞ്ഞു: "ഇനി അധികകാലം ഞാനുണ്ടാവില്ല. അതിനുമുൻപ് നിനക്കും ഒരു കുടുംബമുണ്ടാവണം. നിനക്കൊരു കുഞ്ഞുണ്ടായി അവനൊരുപിടി ചോറും വാരിക്കൊടുത്തിട്ടുവേണം എനിക്കു യാത്രയാവാൻ."

എനിക്കു സങ്കടവും ദേഷ്യവും ഒക്കെ വന്നു. ഈ ഗുരുവിന് വേറൊന്നും പറയാനില്ലേ?

"എനിക്കൊന്നും കേൾക്കണ്ട" ഞാൻ ചെവി പൊത്തിപ്പിടിച്ചു.

"ഇല്ല മോളെ, ഞാൻ നിനക്കൊരു ചെക്കനെ കണ്ടുപിടിക്കാൻ പോകയാ. കല്യാണം കഴിച്ചേ മതിയാവൂ. നമുക്കറിയാവുന്ന ഒരാളാവുമ്പോൾ ഒരു സമാധാനംണ്ട്. നിന്റെയീ വിചിത്രസ്വഭാവങ്ങളൊക്കെ ഉൾക്കൊള്ളുന്ന ഒരാൾതന്നെ വേണം."

ഞാൻ പറഞ്ഞു: "ഞാൻ കല്യാണം കഴിച്ചേ മതിയാവൂ എന്നുണ്ടെങ്കിൽ ഒരു കാര്യം ചെയ്യാം. ഞാനീ ഷൗക്കത്തേട്ടനെ അങ്ങു കല്യാണം കഴിക്കാം. ഷൗക്കത്തേട്ടനാകുമ്പോൾ ഗുരുന് നന്നായി അറിയുന്ന ആളുമാണ്. എന്നോട് നല്ല സ്നേഹവുമാണ്.''

എടുത്തടിച്ചപോലെയായിരുന്നു എന്റെ മറുപടി. ഗുരു അതൊട്ടും പ്രതീക്ഷിച്ചിരുന്നില്ല. ഗുരു ഇരുന്നിരുന്ന കസേരയിൽനിന്നും ചാടിയെണീറ്റു. വളരെ ക്രുദ്ധഭാവത്തിൽ എന്നെ തുറിച്ചുനോക്കിക്കൊണ്ടു പറഞ്ഞു. "നീ എന്താ പറഞ്ഞെ? ഷൗക്കത്തിനെ കല്യാണം കഴിച്ചോളാമെന്നോ? എന്താ അയാൾ നിന്റെ മനസ്സിലെങ്ങാനും കേറി ആന്തിയിട്ടുണ്ടോ?"

ചോദ്യം എനിക്കു മനസ്സിലായില്ല. ഞാൻ മിഴിച്ചുനിന്നതേയുള്ളൂ. വീണ്ടും ഗുരു: "നിന്നോടാ ചോദിച്ചേ... അങ്ങനെ എന്തെങ്കിലും ബന്ധം നിങ്ങളു തമ്മിൽ...?"

ഞാൻ പറഞ്ഞു: "അയ്യോ! ഇല്ല ഗുരു. അറിയുന്ന ഒരാൾ എന്നു പറഞ്ഞതുകൊണ്ടാ. ഷൗക്കത്തേട്ടനെ എനിക്ക് ഇഷ്ടവുമാ.''

ഗുരു: "അയാൾക്കോ?"

"അതെനിക്കറിയില്ല."

"നിന്നെ കൂടെ ജീവിപ്പിച്ചോളാമെന്നെങ്ങാനും അയാൾ പറഞ്ഞിട്ടുണ്ടോ?" ചോദ്യം ഉച്ചത്തിലായിരുന്നു. ഞാൻ വല്ലാതെ ഭയന്നുപോയി.

ഞാൻ പറഞ്ഞു: "ഇല്ല ഗുരു. അങ്ങനെയൊന്നും ഞങ്ങൾ സംസാരിച്ചിട്ടേയില്ല.''

വളരെ പതിഞ്ഞ ശബ്ദത്തിലായിരുന്നു ഞാൻ.

"ഉം... വേണ്ടാത്തതൊന്നും ചിന്തിക്കണ്ട. നീ വാ... എന്താ വേണ്ടതെന്ന് എനിക്കറിയാം" എന്നു പറഞ്ഞ് ഗുരു വേഗം താഴേക്കിറങ്ങിപ്പോയി.

ഞാൻ പിറകെ ഓടിച്ചെന്ന് ഗുരുവിന്റെ കൈയിൽ പിടിച്ചു.

ഗുരു പതിവിലും ശക്തിയായി എന്റെ കൈയിൽ അമർത്തിപ്പിടിച്ചു കൊണ്ട് ഒന്നും മിണ്ടാതെ നടന്നു. അന്നു പിന്നെ ഗുരു ഒന്നുംതന്നെ അതിനെക്കുറിച്ച് എന്നോടു സംസാരിച്ചതേയില്ല. രാത്രി ഗുഡ്നൈറ്റ് പറയാൻ നേരം ഗുരു എന്തെങ്കിലും ചോദിക്കുമെന്ന് ഞാൻ കരുതി. എന്നാൽ ഒന്നും ഉണ്ടായില്ല.

പിറ്റേന്നു രാവിലെ പ്രാർത്ഥന ക്ലാസും ആഹാരവും കഴിഞ്ഞ് എല്ലാവരും അവരവരുടെ ജോലികളിൽ വ്യാപൃതരായിരിക്കുകയായിരുന്നു. പെട്ടെന്ന് ഗുരു തന്റെ റൂമിൽനിന്ന് ഇറങ്ങിവന്ന് പ്രെയർഹാളിൽ ഇരുന്നവരോടായി ഒരു ചോദ്യം. "ആ ഷൗക്കത്ത് എന്തിയേ? അയാളോടിങ്ങു വരാൻ പറ.''

ഞാൻ ഞെട്ടിപ്പോയി. ദൈവമേ! എന്തിനായിരിക്കും?

ഷൗക്കത്തേട്ടൻ പതിവുപോലെ ആഹാരവും കഴിഞ്ഞ് പാട്ടും കേട്ട് തലയും കുലുക്കി അടുക്കളയിൽതന്നെ ഇരിക്കുകയായിരുന്നു.

ആരോ ചെന്നു വിളിച്ചു. ഷൗക്കത്തേട്ടൻ ഓടിവന്നു. ഗുരു പ്രെയർ ഹാളിൽതന്നെ നിൽക്കുകയായിരുന്നു. ഷൗക്കത്തേട്ടനെ കണ്ടതും ഗുരു: "എടോ, ഇയാളിങ്ങനെ പുസ്തകവും എഴുതി അവാർഡും വാങ്ങി ഇവിടങ്ങനെ വെറുതെ ഇരുന്നാൽ പ്രസ്സുകാർക്ക് ആരു പണം കൊടുക്കും? നാട്ടിൽ പോയി ഈ പുസ്തകമെല്ലാം വിറ്റ് കാശുമായി വാ. ഉം... വേഗം പോ..."

വളരെ കർശനമായിട്ടാണ് ഗുരു പറഞ്ഞത്.

(അന്ന് ഷൗ ആദ്യത്തെ പുസ്തകമായ 'ഭക്തി-യതിയുടെ നിർവചനം' എഴുതി അവാർഡൊക്കെ കിട്ടിയിരിക്കുന്ന സമയമായിരുന്നു).

പാവം അമ്പരന്നുപോയി. ഇതെന്താ, ഈ ഗുരു ഇത്ര പെട്ടെന്ന് ഇങ്ങനെയൊക്കെ പറയുന്നത് എന്ന ഒരു ഭാവം ആ മുഖത്തുണ്ടായിരുന്നു. എങ്കിലും ഒന്നും പുറത്തുകാട്ടാതെ "ശരി ഗുരു, ഞാൻ പോവാം" എന്നു പറഞ്ഞ് ഉടനെ റെഡിയായി വന്നു. ഗുരുവിനോടു യാത്ര ചോദിച്ച് കാൽ തൊട്ടു വണങ്ങി. കാര്യം എന്തെന്നറിയാതെ എല്ലാവരും പകച്ചു നിന്നു. എനിക്കെന്തെങ്കിലും പറയാൻ കഴിയുംമുമ്പേ ഷൗ പോയി.

ഞാൻ പുറകെ ഓടിവരുന്നതു കണ്ട് ഷൗ തിരിഞ്ഞുനോക്കി. കരച്ചിലടക്കാൻ പാടുപെട്ടുകൊണ്ട് ഷൗ ചിരിച്ചു. 'പോവാട്ടോ' എന്നു പറഞ്ഞു വേഗത്തിൽ നടന്നുനീങ്ങി.

കണ്ണിൽനിന്ന് മറയുന്നതുവരെ ഞാൻ നോക്കിനിന്നു. ഷൗ എങ്ങോട്ടാണ് പോവുന്നതെന്നോ, വിളിക്കാൻ വല്ല നമ്പരുമുണ്ടോയെന്നോ ഒന്നും ചോദിക്കാനായില്ല. ഒരു കുഞ്ഞനിയത്തിയെപോലെ എന്നും എന്നെ സ്നേഹിച്ച ആ പാവം ഏട്ടനോട് എത്ര വലിയ തെറ്റാണ് ഞാൻ

ചെയ്തിരിക്കുന്നതെന്ന കുറ്റബോധം എന്റെ മനസ്സിനെ കീറിമുറിക്കുകയായിരുന്നു.

എനിക്ക് ഗുരുവിനോട് എന്തെന്നില്ലാത്ത ദേഷ്യം തോന്നി. അന്നുതന്നെ അവിടെനിന്ന് പുറപ്പെട്ടുപോയാലോ എന്നുവരെ ഞാൻ ചിന്തിച്ചു.

(അന്നത്തെ ആ സംഭവത്തിനു പിന്നിൽ ഇങ്ങനെയൊരു കാര്യം ഉണ്ടായിരുന്നതായി ഷൗക്കത്തേട്ടൻ ഇന്നും അറിഞ്ഞിട്ടുണ്ടാവില്ല. അതൊരു 96 ഒക്ടോബർ മാസത്തിലാണെന്നു തോ ന്നുന്നു. വർഷങ്ങൾക്കു ശേഷമുള്ള ഈ ഏറ്റുപറച്ചിൽ എന്റെ ഷൗക്കത്തേട്ടൻ പൊറുത്തുതരുമെന്ന വിശ്വാസത്തോടെ...

പതിനൊന്ന്

ഷൗക്കത്തേട്ടൻ പോയി. രണ്ടു ദിവസത്തേക്ക് ഗുരു വല്ലാത്ത ദേഷ്യത്തിൽതന്നെ ആയിരുന്നു. 'യോഗസൂത്ര' ആയിരുന്നു എഴുതിക്കൊണ്ടിരുന്നത്. ഗുരു പറയുന്നത് അതുപോലെതന്നെ ഞാൻ പകർത്തിക്കൊണ്ടിരുന്നു. എന്നിട്ടും ഒരു കാരണവുമില്ലാതെ എല്ലാം തെറ്റിയാണ് എഴുതിയിരിക്കുന്നത് എന്നു പറഞ്ഞ് ഗുരു ആ പേപ്പറെല്ലാം വലിച്ചുകീറി ചവറ്റുകുട്ടയിലിട്ടു. എന്നിട്ട് ദേഷ്യത്തോടെ, "എണീറ്റു പോ. നിന്റെ മനസ്സു ശരിയല്ല. ആർക്കാനും വേണ്ടി ഓക്കാനിക്കുന്ന പോലെ. പോ... പോയി ആ തമ്പാനോട് വരാൻ പറ. ബാക്കി അയാൾ എഴുതിക്കൊള്ളും" എന്നു പറഞ്ഞു.

ഞാൻ ഒന്നും മിണ്ടാതെ എണീറ്റുപോയി. പിന്നെ അന്ന് ഗുരുവിന്റെ മുൻപിൽ ചെന്നതേയില്ല. ഗുരു എന്നെ അന്വേഷിച്ചതുമില്ല. രാത്രിയിലെ പ്രാർത്ഥനാക്ലാസിലും പങ്കെടുത്തില്ല. കാൽ കഴുകിക്കൊടുക്കാനോ നമസ്കരിക്കാനോ ഒന്നും പോയില്ല. അന്ന് കരുണേട്ടനാണ് കാൽ കഴുകിക്കൊടുത്തത്. കിടക്കാൻ നേരം കരുണേട്ടനോട് ചോദിച്ചത്രെ, "വാശിക്കാരി പിണങ്ങിയിരിക്കയായിരിക്കും അല്ലേടോ?" എന്ന്. കരുണേട്ടൻ പറഞ്ഞു: "അറിയില്ല ഗുരു. കഞ്ഞി കുടിക്കാനും വന്നില്ല. തലവേദനയാണെന്നു പറഞ്ഞു."

പിറ്റേന്നു രാവിലെ ഞാൻ എണീറ്റ് കുളിയെല്ലാം കഴിഞ്ഞ് മുറിയിൽ തന്നെ ഇരുന്നു. ഇനി ഗുരു വിളിക്കാതെ അടുത്തേക്കു ചെല്ലില്ല എന്നു ഞാനും തീരുമാനിച്ചു. പെട്ടെന്ന് ആരോ കതകിൽ മുട്ടുന്ന ശബ്ദം കേട്ടു. വാതിൽ തുറന്നപ്പോഴുണ്ട് ഗുരുതന്നെ മുന്നിൽ നിൽക്കുന്നു. "ഉം... എന്തു പറ്റി നിനക്ക്? കുളിയെല്ലാം കഴിഞ്ഞിരിക്കുന്നല്ലോ. അപ്പോൾ അസുഖമൊന്നുമില്ല. നല്ല തല്ലു കിട്ടാത്തതിന്റെ കുറവാണ്. മേശപ്പുറത്ത് കത്തുകൾ എത്രയാ കുന്നുകൂടിക്കിടക്കുന്നതെന്നറിയോ? നിന്റെ മൂശേട്ടയൊക്കെ മുറിയിൽത്തന്നെ വച്ചിട്ട് വേഗം വന്നെന്നെ സഹായിക്ക്" എന്നു പറഞ്ഞ് ഗുരു വേഗം തിരിച്ചുപോയി.

ഞാൻ ഇളിഭ്യയായി ചുറ്റും നോക്കുമ്പോൾ അടുത്ത മുറിയിൽ ഉള്ളവരെല്ലാം ഓടിച്ചാടി വന്ന് അവരവരുടെ മുറി വൃത്തിയാക്കി വയ്ക്കാൻ

തിരക്കുകൂട്ടുകയാണ്. ഇടയ്ക്കിടയ്ക്ക് ഗുരു ഒരു പരിശോധനയ്ക്കു വരിക പതിവുള്ളതാണ്.

എന്നാൽ ഗുരു എങ്ങോട്ടും നോക്കാതെ നേരെ നടന്നുപോയി. ഞാനും പുറകെ ചെന്നു. ഓരോരോ കത്തുകളായി പൊട്ടിച്ച് വായിച്ചുകൊടുക്കുകയും മറുപടി എഴുതുകയും ചെയ്തുകൊണ്ടിരുന്നു. പെട്ടെന്നാണ് ഫോൺ ബെല്ലടിച്ചത്. ഗുരുവിന്റെ ഇടതുകൈയുടെ തൊട്ടടുത്തുതന്നെയാണ് ഫോൺ. എന്നിട്ടും ബെൽ കേൾക്കാത്തപോലെ ഒരു കത്തിൽ കണ്ണുനട്ടിരിക്കുകയാണ്. ഗുരു എടുക്കില്ലെന്നു കണ്ടപ്പോൾ ഞാൻ ഫോണെടുത്ത് ഹലോ പറഞ്ഞു. അദ്ഭുതം! ഷൗക്കത്തേട്ടനാണ്. "ഗുരു ഇല്ലേ മോളേ അവിടെ?" ഷൗക്കത്തേട്ടൻ ചോദിച്ചു. എന്തു പറയണമെന്നറിയാതെ ഞാൻ പെട്ടെന്ന് "ഗുരൂ... ഷൗക്കത്തേട്ടനാണ്" എന്നറിയിച്ച് ഫോൺ നൽകി. കണ്ണടയുടെ മുകളിലൂടെ നെറ്റി ചുളിച്ച് എന്നെ ഒന്നു നോക്കിയിട്ട് റിസീവർ വാങ്ങി സംസാരിക്കാൻ തുടങ്ങി. പിന്നെ ഫോൺ കട്ട് ചെയ്തിട്ട് നല്ല സന്തോഷത്തോടെ പറഞ്ഞു: "കേട്ടോ മോളേ, മലയിറങ്ങിയപ്പോൾതന്നെ അയാളുടെ കാലിലെ നീരെല്ലാം കുറഞ്ഞു വത്രെ. ഇനി ഈ തണുപ്പൊന്നു കുറയും വരെ നാട്ടിൽതന്നെ നിൽക്കാൻ ഞാൻ അയാളോടു പറഞ്ഞു.''

പെട്ടെന്ന് യാതൊരു മുഖവുരയും കൂടാതെ ഞാൻ ചോദിച്ചു: "ഗുരൂ... ഗുരുവിന്റെ ഉള്ളിൽ ജാതി ഉണ്ടോ?"

മേശപ്പുറത്ത് കിടക്കുന്ന കത്തുകളെല്ലാം എന്റെ മുഖത്തു വന്നു വീഴുമെന്നു കരുതി ഞാൻ പെട്ടെന്ന് തലകുനിച്ചിരുന്നു. എന്നാൽ അതുണ്ടായില്ല. ഞാൻ വിചാരിച്ചു, എന്റെ ചോദ്യം ഗുരു കേട്ടില്ലെന്ന്. ഞാൻ പയ്യെ തലയുയർത്തി നോക്കിയപ്പോൾ ഗുരു കസേര പുറകിലേക്കു തിരിച്ച് ഷെൽഫിൽ ഏതോ പുസ്തകം തിരയുകയാണ്. എനിക്കു സമാധാനമായി.

ഒരു പുസ്തകം എടുത്ത് തുറന്ന് ഇങ്ങനെ വായിച്ചു. 'യ അല്മു ഖാ ഇനതൽ അ അയുനിവ മാതു ഖ് സി സുദൂർ' എന്നാണെന്നു തോന്നുന്നു. "പരിശുദ്ധ ഖുർ ആനിലെ 40-ാം അദ്ധ്യായമായ 'അൽമു അമീൻ' ഇങ്ങനെ പറഞ്ഞിരിക്കുന്നു." എന്നിട്ട് പുസ്തകം അടച്ചുകൊണ്ട് പറഞ്ഞു: " കണ്ണുകളുടെ കള്ളനോട്ടവും ഹൃദയങ്ങൾ മറച്ചുവയ്ക്കുന്നതും അല്ലാഹു അറിയുന്നുണ്ട്. ജീവിക്കുന്നെങ്കിൽ ഇസ്ലാമായിതന്നെ വേണം ജീവിക്കാൻ." പിന്നെ ഇസ്ലാമിന്റെ ധർമങ്ങളെക്കുറിച്ചും ആ മതം അനുശാസിക്കുന്ന കീഴ്വഴക്കങ്ങളെക്കുറിച്ചുമൊക്കെ ചിലതു പറഞ്ഞു.

ഞാൻ വെറുതെ ഗുരുവിന്റെ മുഖത്തു നോക്കിയിരുന്നു. എനിക്ക് ഒന്നുംതന്നെ മനസ്സിലാകുന്നില്ലായിരുന്നു. ഞാൻ അങ്ങനെ ഒരു ചോദ്യം ചോദിച്ചതിനെപ്പറ്റി ഗുരു ഒന്നുംതന്നെ പറഞ്ഞില്ല. എന്നാൽ അന്നത്തെ പ്രാർത്ഥനാക്ലാസ് അത്യന്തം മഹത്തരമായിരുന്നു. ഇസ്ലാമിനെക്കുറിച്ച്

ഒരിക്കലും അറിഞ്ഞിട്ടില്ലാത്ത ഒരുപാട് അറിവുകൾ എന്റെ ബുദ്ധിയിലേക്കൊഴുകിയെത്തിയപോലെ.

ക്ലാസ് കഴിഞ്ഞതും പോസ്റ്റ്മാൻ കൊണ്ടുതന്ന മെയിലുകളുമായി ഞാൻ ഗുരുവിന്റെ മുറിയിൽ ചെന്നപ്പോൾ അവിടിരുന്നവരോടായി ഗുരു പറയുന്നതു കേട്ടു. "പടച്ചവൻ ഇവളെ സൃഷ്ടിക്കാൻ നേരം തന്റെ കോപ്പുകൾ എടുത്തുവച്ചപ്പോൾ അതിൽ ബുദ്ധിയും വിവേകവും ചേർക്കാൻ മറന്നുപോയെന്നാ തോന്നുന്നത്."

എല്ലാവരും ചിരിച്ചു. എനിക്കു ദേഷ്യവും സങ്കടവും വന്നു. ഞാൻ പറഞ്ഞു: "അതിനെന്താ... എന്നെപ്പോലുള്ളവർക്ക് തരാൻ മറന്നതുകൂടി എടുത്ത് ഗുരുവിനെപ്പോലുള്ളവർക്ക് തന്നിട്ടുണ്ടല്ലോ. അതു മതി."

പെട്ടെന്ന് ഗുരു എന്റെ കൈയിൽ കടന്നുപിടിച്ചുകൊണ്ട് അടുത്തേക്കു ചേർത്തു നിർത്തി, "ഞാൻ ഒരു തമാശ പറഞ്ഞതല്ലേ. ആ പരമ കാരുണ്യവാൻ എന്റെ കുഞ്ഞിന് എല്ലാം ആവോളം കനിഞ്ഞുനൽകിയിട്ടുണ്ട്. എന്റെ മോള് പോയി ആഹാരമൊക്കെ കഴിഞ്ഞ് സന്തോഷമായി വാ. കുറച്ചു കത്തുകൾ കൂടി എഴുതുവാനുണ്ട്'' എന്നു പറഞ്ഞ് എന്റെ കവിളിൽ മെല്ലെ തട്ടി.

എന്നാൽ ഇന്ന് ജീവിതത്തിലേക്കു വന്നെത്തുന്ന ചില മണ്ടത്തരങ്ങളും അബദ്ധങ്ങളുമൊക്കെ കാണുമ്പോൾ ഞാനെന്റെ ഗുരുവിന്റെ വാക്കുകൾ ഓർക്കും, എന്നെ സൃഷ്ടിക്കാൻ നേരം ബുദ്ധിയും വിവേകവും ചേർക്കാൻ ഈശ്വരൻ ശരിക്കും മറന്നുപോയോ എന്ന്.

നവംബർ 2 ഗുരുവിന്റെ ജന്മദിനമാണ്. സാധാരണ ഊട്ടിയിലായിരിക്കുമ്പോൾ ശിഷ്യരെല്ലാം ചേർന്ന് ഗുരുവിന്റെ പിറന്നാൾ ആഘോഷിക്കുക പതിവുള്ളതാണ്. എന്നാൽ 96-ലെ ആ പിറന്നാളിന് എന്റെ അനിയത്തിയുടെ വിവാഹം കൂടി ഗുരുകുലത്തിൽ വച്ചു നടത്താൻ തീരുമാനിച്ചിരുന്നു. കല്യാണത്തിനും പിറന്നാളിനുമൊക്കെയായി ആളുകൾ വന്നു തിരക്കു കൂട്ടുന്നതിനു മുൻപായി എവിടേക്കെങ്കിലും ഒന്നു മുങ്ങണമെന്ന് കരുതിയിരിക്കുമ്പോഴാണ് ആ തീരുമാനം ഉണ്ടായത്.

ഗുരു ജ്യോതിയേച്ചിയെ വിളിച്ചു പറഞ്ഞു: "മോളെ നീ ആ ഫോണെടുത്ത് മുറിഞ്ഞ കല്ലിലേക്ക് വിളിച്ചു പറയൂ, ആ ത്യാഗിയോട് എന്നെ ഒന്നു വിളിക്കാൻ.''

(മുറിഞ്ഞ കൽ ഗുരുവിന്റെ അനിയന്റെ വീടാണ്. അന്ന് ചില പ്രത്യേക ആവശ്യങ്ങൾക്കായി ത്യാഗിസ്വാമി അവിടുത്തെ ഗുരുകുലത്തിൽ ആയിരുന്നു. മാത്രമല്ല അന്ന് മൊബൈൽ ഫോണും ഇല്ലല്ലോ).

സന്ദേശം ലഭിച്ചതും സ്വാമി തിരിച്ചുവിളിച്ചു. ഗുരു ചോദിച്ചു: "എടോ... എന്റെ പിറന്നാളിന് ഇയാൾ വരുന്നില്ലേ?"

"ഗുരു ഒന്നും പറഞ്ഞില്ലല്ലോ." സ്വാമി മറുപടി പറഞ്ഞു.

"എന്നാൽ ഞാൻ പറയുന്നു ഇയാൾ ഒന്നാംതീയതിതന്നെ ഇവിടെ എത്തണം. വരുമ്പോൾ കൂരമ്പാല ചെന്ന് നമ്മുടെ ചിത്രകാരൻ പ്രമോദിനെക്കൂടി ഇങ്ങോട്ട് കൂട്ടിക്കൊണ്ടുവരണം" ഗുരു പറഞ്ഞു.

ജ്യോതിയേച്ചി അദ്ഭുതത്തോടെ ഗുരുവിനെ നോക്കി. ഗുരു പറഞ്ഞു: "ഇവളുടെ അനിയത്തിയുടെ കല്യാണം നടക്കുമ്പോൾ ഇവളെ ഇങ്ങനെ വിട്ടാൽ ശരിയാവില്ല. ഞാൻ ഇവളെ പ്രമോദിനെക്കൊണ്ട് കല്യാണം കഴിപ്പിക്കാൻ പോകയാ."

"അതിന് ഗുരു, അവൻ സമ്മതിച്ചോ?"

"അതിനല്ലേ അവനോടു വരാൻ പറഞ്ഞെ" ഗുരു പറഞ്ഞു.

ഞാൻ അടുത്തുനിന്ന് ഇതെല്ലാം കേൾക്കുന്നുണ്ടായിരുന്നു. ഞാൻ പറഞ്ഞു: "അതിന് ഞാൻ സമ്മതിച്ചിട്ടുവേണ്ടേ. ഒരു കുടുംബജീവിതം... അതൊന്നും എനിക്കു ശരിയാവില്ല ഗുരൂ. അതിൽനിന്നൊക്കെ രക്ഷപ്പെടാൻ വേണ്ടിയല്ലേ ഞാൻ ഇങ്ങോട്ടുപോന്നത്. പിന്നെന്തിനാ ഗുരു ഇങ്ങനെയൊക്കെ പറയുന്നത്?"

ഞാൻ കരയുകയായിരുന്നു. എന്റെ കണ്ണുതുടച്ചുകൊണ്ട് ഗുരു പറഞ്ഞു: "നീ ഒന്നും പറയണ്ട. ഞാൻ പറയുന്നതങ്ങ് അനുസരിച്ചാൽ മാത്രം മതി. ഞാൻ ഇനി അധികകാലം ഉണ്ടാകില്ല മോളെ. അതിനു മുൻപ് നിന്റെ കാര്യത്തിൽ ഒരു തീരുമാനം ഉണ്ടാക്കണം. ഞാൻ പറഞ്ഞാൽ അവനും അവന്റെ വീട്ടുകാരും സമ്മതിക്കും. നീ എതിരൊന്നും പറയല്ലേ മോളെ."

ഗുരുവിന്റെ ശബ്ദത്തിലെ ആർദ്രത... കണ്ണുകളിലെ അപേക്ഷ... എല്ലാം എന്നെ മൗനിയാക്കി. പിന്നെ ഞാനൊന്നും മിണ്ടിയതേയില്ല.

ഒന്നാംതീയതി പ്രമോദിനെയും കൂട്ടി ത്യാഗിസ്വാമി എത്തി. ഗുരു കാത്തിരിക്കുകയായിരുന്നു. ഗുരുവിന് വല്ലാത്ത ക്ഷീണമുണ്ടായിരുന്നു. അധികനേരവും കിടപ്പുതന്നെയായിരുന്നു. രാത്രി ഏറെ വൈകിയാണ് അവർ എത്തിയത്. ഗുരു ഉറങ്ങാതെ കിടക്കുകയായിരുന്നു.

പ്രമോദും സ്വാമിയും വന്ന് നമസ്കരിച്ചു. അല്പം ഇടറിയ ശബ്ദത്തിൽ ഗുരു ചോദിച്ചു: "നീ വന്നോ? യാത്ര കഴിഞ്ഞെത്തിയതല്ലേ. നല്ല ക്ഷീണമുണ്ടാകും. വല്ലതും കഴിച്ച് കിടന്നുറങ്ങ്. എന്നിട്ട് നാളെ രാവിലെതന്നെ എന്റെ അടുത്ത് വരൂ. എനിക്ക് നിന്നോട് ചിലതു പറയാനുണ്ട്."

പാവം... പ്രമോദ് വിചാരിച്ചത് എന്തോ പുതിയ ചിത്രം വരയ്ക്കാനായിരിക്കും എന്നാണ്. ത്യാഗിസ്വാമിക്കും കാര്യം മനസ്സിലായില്ല.

പ്രമോദ് ആഹാരം കഴിച്ച് മടങ്ങിയെത്തിയപ്പോൾ ഞാൻ പതുക്കെ അടുത്തുചെന്ന് പറഞ്ഞു: "ഗുരു നമ്മളെ കല്യാണം കഴിപ്പിക്കാൻ

പോവുകയാണ്. പ്രമോദിനറിയാമല്ലോ എനിക്കിതിലൊന്നും തീരെ താത്പര്യമില്ലെന്ന്. നമ്മൾ ഒരുമിച്ച്... അതു ശരിയാവില്ല. എനിക്കിനി ഗുരുവിനോടു ഒന്നും പറയാൻ പറ്റില്ല. അതുകൊണ്ട് പ്രമോദ്തന്നെ പറയണം ഇതു വേണ്ടെന്ന്. പ്രമോദ് ഇഷ്ടമില്ലെന്നു പറഞ്ഞാൽ പിന്നെ ഗുരു ഈ വിഷയം സംസാരിക്കില്ല.''

എന്റെ വാക്കുകൾ കേട്ട് പ്രമോദ് സ്തംഭിച്ചുപോയി.

"കല്യാണം കഴിക്കാനോ... ഞാനോ? അയ്യോ, അതിനു ഞാൻ... എന്റെ വീട്ടിൽ പറയണ്ടേ? എന്റെ പഠിപ്പ് കഴിഞ്ഞതല്ലേ ഉള്ളൂ. ജോലിപോലും ആയിട്ടില്ല. ഏയ്, ഇതൊന്നും ശരിയാവില്ല. ഞാൻ പറഞ്ഞോളാം. ഗുരുവിന് മനസ്സിലാകും. ഇയാള് പേടിക്കേണ്ട. നേരം വെളുത്തോട്ടെ.''

ഒരിക്കലും അങ്ങനെ നടക്കില്ല എന്ന് പ്രമോദ് എനിക്കു വാക്കു തന്നു. ഞാൻ ഭൂമിയോളം താഴ്മയോടെ പ്രമോദിനോട് നന്ദി പറഞ്ഞ് സമാധാനത്തോടെ ഉറങ്ങാൻ പോയി.

രാത്രി പന്ത്രണ്ടുമണി ആകാറായി. അപ്പോഴും അസ്വസ്ഥചിത്തനായി എന്തുചെയ്യുമെന്ന ആലോചനയിൽ പ്രമോദ് അവിടെത്തന്നെ കുത്തിയിരിക്കുന്നുണ്ടായിരുന്നു.

പിറ്റേന്ന് പ്രഭാതം വന്നെത്തിയത് ഞാൻ അറിഞ്ഞതേയില്ല. കല്യാണക്കാരുടെയും പിറന്നാളിനെത്തിയവരുടെയും ബഹളം കേട്ടുകൊണ്ടാണ് ഞാനുണർന്നത്.

കുളി കഴിഞ്ഞ് ഗുരുവിന്റെ മുറിയിൽ ചെന്നപ്പോൾ അവിടെയും ആളുകൾ. ഗുരു ചോദിക്കുന്നതു കേട്ടു: "പ്രമോദ് വന്നില്ലേ?"

പെട്ടെന്നാണ് പ്രമോദ് അങ്ങോട്ട് കയറിവന്നത്. പ്രമോദിനെ കണ്ടതും ഗുരു പറഞ്ഞു: "എനിക്കിവനോടു മാത്രമായി ചിലതു സംസാരിക്കാനുണ്ട്."

പെട്ടെന്നുതന്നെ എല്ലാവരും മുറി വിട്ട് പുറത്തേക്കു പോയി. ഗുരു ഉൾപ്പെടെ എല്ലാവരും അച്ഛൻ എന്നു വിളിക്കുന്ന സുരേഷച്ഛൻ മാത്രം അവിടിരുന്നു. ഗുരു പ്രമോദിനോടു സംസാരിക്കാൻ തുടങ്ങി. വളരെ പതിയെ വിറയാർന്ന ശബ്ദത്തിൽ ആണ് ഗുരു സംസാരിച്ചിരുന്നത്. അതുകൊണ്ടുതന്നെ ഗുരുവിന്റെ കിടപ്പുമുറിയിൽ ചെവി കൂർപ്പിച്ചു പിടിച്ചു നിന്നിട്ടും എനിക്കൊന്നും കേൾക്കാനായില്ല.

എപ്പോഴോ ഗുരുവിന്റെ ശബ്ദം ഒന്നുയർന്നു: "ഉടനെ വേണ്ട. നിനക്കൊരു ജോലിയൊക്കെ കിട്ടിയിട്ടു മതി. ഇപ്പൊ ഒരു തീരുമാനം. അത്രേ ഉള്ളൂ. നീ പോയിരുന്ന് ഒന്നുകൂടി ചിന്തിക്കൂ.''

ഞാനൊന്ന് എത്തിനോക്കി. 'അച്ഛൻ' കണ്ണുതുടയ്ക്കുകയാണ്. ഗുരു എന്തൊക്കെയാണാവോ പ്രമോദിനോടു പറഞ്ഞത്. ആകാംക്ഷകൊണ്ട്

ഞാൻ വീർപ്പുമുട്ടുകയായിരുന്നു. പ്രമോദ് പുറത്തേക്കു പോകുന്നതു കണ്ടു. അല്പം കഴിഞ്ഞപ്പോൾ സുരേഷ് അച്ഛനും. പോകുന്ന വഴി അച്ഛൻ എന്റെ പുറത്തുതട്ടിക്കൊണ്ട് പറഞ്ഞു: "യു ആർ ലക്കി സുഗതാ." അച്ഛൻ എന്തിനാണ് അങ്ങനെ പറഞ്ഞതെന്ന് എനിക്കു മനസ്സിലായില്ല. ഞാൻ ചോദിച്ചുമില്ല.

പിന്നെ പ്രാർത്ഥനയ്ക്കുശേഷം അവരുടെ വിവാഹം. ചടങ്ങുകൾ കഴിഞ്ഞതും ഗുരു പറഞ്ഞു: "ഇനി ഇവിടെ ഒരു കല്യാണനിശ്ചയം കൂടി നടക്കാൻ പോവുകയാണ്. സുഗതയും പ്രമോദും ഇങ്ങടുത്തേക്ക് വരൂ. ഇവിടെ മുന്നിൽ വന്നിരിക്കൂ." ഞങ്ങൾ ഗുരുവിന്റെ അടുത്തേക്കു ചെന്നിരുന്നു. എല്ലാവരും ആകാംക്ഷയോടെ ഗുരുവിനെ ഉറ്റുനോക്കുകയാണ്. ഗുരു സംസാരിക്കാൻ തുടങ്ങി. ഏകദേശം നാല്പതു മിനിറ്റ് ഗുരു സംസാരിച്ചു. ദൈവമേ... എന്തൊക്കെയാണ് ഗുരു പറഞ്ഞത്. ജീവിതത്തെക്കുറിച്ച് ഇത്രയും ആസ്വാദ്യകരമായ ഒരു പ്രഭാഷണം ആരും അന്നുവരെ കേട്ടുകാണില്ല. ഗുരുവിന്റെ ഉള്ളിൽ ഇത്രയ്ക്കും ഞാനുണ്ടായിരുന്നു എന്ന് ഞാൻ പോലും അറിഞ്ഞിരുന്നില്ല. അത്രയ്ക്കും മനോഹരമായിരുന്നു ആ പ്രഭാഷണം. നേർത്ത ശബ്ദത്തിൽ അത്യധികം വികാരാധീനനായാണ് ഗുരു പറഞ്ഞുനിർത്തിയത്.

എല്ലാവരും പകച്ചിരിക്കുകയാണ്. എന്താണ് നടക്കാൻ പോകുന്നതെന്ന് ആർക്കും മനസ്സിലായില്ല. വധൂവരന്മാർക്കായി ഗുരുവും രണ്ട് പൂമാലകൾ വാങ്ങിവച്ചിരുന്നു. എന്നാൽ വരന്റെ വീട്ടുകാർ കൊണ്ടുവന്ന മാലകളാണ് അവർ അണിഞ്ഞത്. അവിടെ പൂജിച്ചുവച്ചിരുന്ന ആ മാലകളിൽ ഒന്നെടുത്ത് പ്രമോദിന്റെ കൈയിൽ കൊടുത്തിട്ട് ഗുരു പറഞ്ഞു:

"ഇവിടിപ്പോൾ സുഗതയുടെ ബന്ധുക്കൾ - അച്ഛനും അമ്മയും എല്ലാവരും ഉണ്ട്. എങ്കിലും അവൾ എന്റെ മകൾതന്നെയാണ്. എന്റെ മകളായി മാത്രം അവളെ സ്വീകരിക്കാൻ നീ തയ്യാറാണെങ്കിൽ പ്രമോദേ... ഈ മാല വാങ്ങി അവളുടെ കഴുത്തിലിടൂ."

ഒന്നും മിണ്ടാതെ ആ മാല വാങ്ങി പ്രമോദ് എന്റെ കഴുത്തിലിട്ടു.

എന്താണു സംഭവിക്കുന്നതെന്നറിയാതെ ഞാൻ ചുറ്റും പകച്ചുനോക്കി. എല്ലാവരും നിന്നു കണ്ണു തുടയ്ക്കുകയാണ്. എന്തെങ്കിലും പറയാൻ കഴിയുന്നതിനു മുൻപുതന്നെ അടുത്ത മാലയെടുത്ത് ഗുരു എന്റെ കൈയിൽ പിടിപ്പിച്ച് അത് പ്രമോദിന്റെ കഴുത്തിലിട്ടു. നിമിഷനേരംകൊണ്ട് കല്യാണംപോലൊരു കല്യാണനിശ്ചയം കഴിഞ്ഞു. എന്റെ ഉള്ളിൽ എന്താണ് നടക്കുന്നതെന്ന് എനിക്കുപോലും അറിയില്ലായിരുന്നു.

ഗുരുവിനോടുള്ള എന്റെ സ്നേഹം അണപൊട്ടിയൊഴുകാൻ തുടങ്ങി. ഞാൻ സാഷ്ടാംഗം ആ പാദങ്ങളിൽ വീണു. മുഖം ആ പാദാരവിന്ദങ്ങളിൽ

ചേർത്തുവച്ചു ചുംബിച്ചു. എന്റെ കണ്ണിൽനിന്നും അടർന്നുവീണ ചുടു നീർതുള്ളികൾ ഗുരുവിന്റെ പാദങ്ങളെ പൊള്ളിച്ചതുകൊണ്ടാവാം... പെട്ടെന്ന് ഗുരു എന്നെ പിടിച്ചുയർത്തി കെട്ടിപ്പിടിച്ച് നെറുകയിൽ ഉമ്മ തന്നു. പിന്നെ ഗുരുവിന്റെ ഇരുവശവുമായി രണ്ടുപേരെയും ചേർത്തു നിർത്തി എല്ലാവരോടുമായി പറഞ്ഞു: "ആഹാരം റെഡിയായിട്ടുണ്ട്. എല്ലാവരും പോയി കഴിച്ചിട്ടു വരൂ." പിന്നെ സാവകാശം ഗുരു ഗുരുവിന്റെ മുറിയിലേക്കു നടന്നുപോയി.

പന്ത്രണ്ട്

കല്യാണവും നിശ്ചയവും പിറന്നാളും കഴിഞ്ഞ് എല്ലാവരും ഭക്ഷണം കഴിക്കാൻ പോയി. അത്യാവശ്യം ഫോട്ടോയ്ക്കൊക്കെ മുഖം കൊടുത്ത്, വേഷം മാറ്റി ഞാനും പ്രമോദിന്റെ കൂടെ കിച്ചനിലേക്കു ചെന്നു.

അപ്പോൾ ഷൗക്കത്തേട്ടൻ അവിടിരുന്ന് പതിവുപോലെ സ്പൂണും പാത്രവുമായി പരിപാടി തുടങ്ങിയിരുന്നു. ഞങ്ങളെ കണ്ടതും "ആ രണ്ടാളും വന്നല്ലോ... വാ...വാ... വന്ന് ആഹാരം കഴിക്ക്" എന്നു പറഞ്ഞു. ഞാൻ വേഗം ചെന്ന് ഷൗക്കത്തേട്ടന്റെ അടുത്തിരുന്നു. അപ്പൊ ഷൗക്കത്തേട്ടൻ പറഞ്ഞു. "ആ കല്യാണമൊക്കെ തീരുമാനിച്ചു. ഇനിയിപ്പോ ഇരിപ്പൊക്കെ അവന്റെ അരികത്തു മതി."

ഞാൻ പ്രമോദിനെ നോക്കി. പ്രമോദ് അപ്പോഴും അവിടെ നടന്നതൊന്നും ഉൾക്കൊള്ളാൻ കഴിഞ്ഞിട്ടില്ലെന്ന രീതിയിൽ പകച്ചിരിക്കുകയാണ്. വീട്ടിൽ ചെന്ന് അച്ഛനോടും അമ്മയോടുമെല്ലാം എന്തു പറയുമെന്ന ആവലാതിയായിരിക്കാം മനസ്സുനിറയെ. എന്തായാലും ഞങ്ങൾ മൂവരും ഒരുമിച്ചിരുന്ന് ആഹാരം കഴിച്ചു.

എന്റെ വീട്ടുകാരെല്ലാം പോകാനുള്ള തയ്യാറെടുപ്പിലായിരുന്നു. ഞാൻ ചെന്ന് എല്ലാവരെയും യാത്രയാക്കി.

മടങ്ങി വന്ന് പ്രമോദിനോട് ഓരോന്നു ചോദിച്ചു. വീട്ടിൽ ആരൊക്കെ ഉണ്ടെന്നും മറ്റും. ഒരു വർഷത്തിൽ കൂടുതൽ ഒരു കൂരക്കീഴിൽ താമസിച്ചിട്ടും ഒന്നും ഞാൻ ചോദിച്ചിരുന്നില്ല. ആരുടെയും വ്യക്തിപരമായ കാര്യങ്ങളിൽ ഞാൻ ഇടപെട്ടിരുന്നില്ല. ഷൗക്കത്തേട്ടനോടുപോലും അത്തരം കാര്യങ്ങൾ ഞാൻ ചോദിച്ചിരുന്നില്ല. ആളും ബഹളവുമൊക്കെയായി ഗുരുവും ആകെ ക്ഷീണിതനായിരുന്നു. ഗുരു നേരത്തെതന്നെ കിടന്നു. ഞാൻ ഗുഡ്നൈറ്റ് പറയാൻ ചെന്നപ്പോൾ ഗുരു പറഞ്ഞു. "എല്ലാം വിചാരിച്ചതിലും ഭംഗിയായി അല്ലേ മോളേ?" ഉം... ഞാനൊന്നു മൂളി. എനിക്കൊരുപാടു കാര്യങ്ങൾ ഗുരുവിനോടു പറയാനുണ്ടായിരുന്നു. ഒന്നുപോലും പറയാൻ കഴിഞ്ഞില്ല. എന്റെ മുഖം കണ്ടിട്ടാവാം ഗുരു പറഞ്ഞു... "നീ വേഗം നമസ്ക്കരിച്ച് പോയി കിടന്നുറങ്ങു മോളെ... നാളെ നേരത്തെ

എണീക്കണം. ഒരുപാട് കത്തുകൾക്കു മറുപടി എഴുതാനുണ്ട്. "അനു സരിക്കയല്ലാതെ നിവൃത്തിയില്ലല്ലോ. ഞാൻ കാൽ തൊട്ടു വണങ്ങി. വിങ്ങുന്ന മനസ്സുമായി പതിയെ മുറി വിട്ടിറങ്ങി.

മനസ്സിനു വല്ലാത്ത ഭാരം. പ്രയർഹാളിൽ ഷൗക്കത്തേട്ടനും പ്രമോദും മറ്റു ചിലരെല്ലാം ചേർന്ന് സംസാരിച്ചിരിക്കയായിരുന്നു. എന്നെ കണ്ടതും ഷൗക്കത്തേട്ടൻ എന്തോ തമാശ പറഞ്ഞു ചിരിച്ചു. ഞാൻ ചിരിച്ചില്ല. ഗൗരവത്തോടെ ചെന്ന് ഷൗക്കത്തേട്ടന്റെ അടുത്തിരുന്നു.

അപ്പൊ ഷൗ- ചിരിച്ചുകൊണ്ടു പറഞ്ഞു: "പ്രമോദേ, നീ കുറെ കഷ്ട പ്പെടേണ്ടി വരും. ഇവൾക്കിപ്പോഴും എല്ലാം കുട്ടിക്കളിയാണ്." പ്രമോദ് വെറുതെ ചിരിച്ചതേയുള്ളൂ. പിന്നെ എല്ലാവരും കിടക്കാനായി അവരവ രുടെ മുറികളിലേക്കു പോയി.

ഞാൻ മുറിയിൽ കയറി കതകടച്ചു. എന്തു ചെയ്തിട്ടും എനിക്കു റക്കം വരുന്നില്ല. മനസ്സ് പല പല ചിന്തകളാൽ കാടുകയറുകയായിരുന്നു. ആശങ്കകളുടെ ഒരു യുദ്ധം തന്നെ നടക്കുകയായിരുന്നു.

എന്നെ ഏറ്റവും കൂടുതൽ അലട്ടിയത് പ്രമോദിന്റെ സൗന്ദര്യം തന്നെ യായിരുന്നു. സുന്ദരനായ ഒരാളുടെ കൂടെ പോകുമ്പോൾ ആരെങ്കിലും വല്ല മോശമായ കമന്റും പാസ്സാക്കിയാൽ... അവന്റെ അച്ഛനും അമ്മയ്ക്കു മൊക്കെ എന്നെ ഇഷ്ടപ്പെടുമോ...? പ്രമോദ് മനസ്സോടെയാണോ സമ്മ തിച്ചത്... അങ്ങനെ അനവധി ചിന്തകൾ വന്ന് എന്റെ ഉറക്കം കെടുത്തി ക്കളഞ്ഞു. വീണ്ടും മനസ്സു പറഞ്ഞു... വേണ്ട ഈ കല്യാണമൊക്കെ വല്ലാത്ത പൊല്ലാപ്പാണ്. എനിക്കതൊന്നും വേണ്ട.

എങ്ങനെയാണ് ഇതിൽനിന്നും ഒന്നു രക്ഷപ്പെടുക? ആലോചിച്ചിട്ട് ഒരു പിടിയും കിട്ടുന്നില്ല. അവസാനം ഞാനൊരു ബുദ്ധി കണ്ടുപിടിച്ചു.

ഷൗക്കത്തേട്ടനോടുള്ള വഴക്കുമാറ്റാൻ എഴുതിയ കത്തിന്റെ തുടർച്ച യായി ഞങ്ങൾ ദിവസവും ഓരോ കത്തെഴുതുമായിരുന്നു. അതിൽനിന്നും ഒരു നാലെണ്ണം ഞാൻ തിരഞ്ഞെടുത്തു. പലവുരു വായിച്ചശേഷം എടുത്തു മേശപ്പുറത്തു വെച്ചു. നേരമൊന്നു വെളുത്തോട്ടെ... എല്ലാം ഗുരു വിനെ വായിച്ചു കേൾപ്പിക്കണം. വായിച്ചു കഴിയുമ്പോൾ ഗുരു തന്നെ എന്നെ എന്റെ താത്പര്യത്തിനു വിടും. അല്പം സമാധാനമായി... പിന്നെ എപ്പോഴോ ഞാൻ ഉറങ്ങിപ്പോയി.

പതിമൂന്ന്

വളരെയധികം ഉൽക്കണ്ഠയോടുകൂടിയാണ് പിറ്റേന്ന് ഉണർന്നത്. വല്ലാത്ത തണുപ്പായിരുന്നു. നന്നേ വിറച്ചുകൊണ്ടായിരുന്നു ഗുരുവിന്റെ മുറിയിലെത്തിയത്. എന്റെ വിറയൽ കണ്ടിട്ടാകാം ഗുരു റൂംഹീറ്റർ ഓണാക്കി. ഞാൻ ഹീറ്ററിന്റെ മുകളിൽ കാണിച്ചു കൈയൊക്കെ ചൂടു വരുത്തി എഴുതാനിരുന്നു.

ഗുരുവിനു പതിവിലും ധൃതി കൂടുതലായിരുന്നു. എനിക്കാണെങ്കിൽ എഴുതാനും പറ്റുന്നില്ല. ചിന്ത മുഴുവൻ സ്വെറ്ററിന്റെ പോക്കറ്റിൽ കിടക്കുന്ന കത്തുകളിലായിരുന്നു. അത് എങ്ങനെ ഗുരുവിനെ കാണിക്കും എന്ന ചിന്ത എന്നെ അസ്വസ്ഥയാക്കിക്കൊണ്ടിരുന്നു. ഇടയ്ക്കെപ്പോഴോ ഗുരു ബാത്റൂമിൽ പോയി വന്നപ്പോൾ ഞാൻ പെട്ടെന്ന് ആ കത്തുകൾ എടുത്തു ഗുരുവിനെ കാണിച്ചിട്ടു പറഞ്ഞു. "ഇതുകണ്ടോ ഗുരു, ഷൗക്കത്തേട്ടൻ എനിക്കു തന്നതാണ്. ഗുരു ഒന്നു വായിച്ചുനോക്കിയേ."

എന്റെ കൈ വിറയ്ക്കുന്നുണ്ടായിരുന്നു. കുറ്റമെല്ലാം ഷൗക്കത്തേട്ടന്റെ തലയിൽ വെച്ചുകൊടുത്തതുകൊണ്ട് ശബ്ദവും ഇടറിയിരുന്നു.

ഗുരു വളരെ ലാഘവത്തോടെ അതെല്ലാം വാങ്ങി വായിച്ചിട്ട് എന്റെ നേരെ തിരിഞ്ഞു ചോദിച്ചു. "ബാക്കി നാല്പത്തിയഞ്ച് എണ്ണം എവിടെ?"

ഞാൻ അന്തംവിട്ടുപോയി. നാല്പത്തിയഞ്ച് എണ്ണമോ... ആ ചോദ്യം എനിക്കു മനസ്സിലായില്ല. ഞാൻ ഗുരുവിന്റെ മുഖത്തേക്കു നോക്കി. ഗുരു ചിരിച്ചുകൊണ്ടു പറഞ്ഞു.

"നീ ഇതെല്ലാം അയാൾക്കു തിരിച്ചു കൊടുത്തേക്കൂ. എന്നിട്ടു പറ സൂക്ഷിച്ചുവെച്ചേക്കാൻ. ഒരുകാലത്ത് അയാൾക്കിതെല്ലാം ഉപകാരപ്പെടും. സ്നേഹത്തിന്റെ അത്യുദാത്തമായ ഒരു ഭാവം, ഭാഷ, ശൈലി... ഇതിനെല്ലാമുള്ള ഏതെങ്കിലും ഒരു പുരസ്ക്കാരം കൂടി അയാൾക്കു കിട്ടാതിരിക്കില്ല."

ഇത്രയും പറഞ്ഞിട്ട് ഗുരു അടുത്ത കത്തെടുത്ത് മറുപടി പറയാൻ തുടങ്ങി. ഞാൻ എഴുതാനും. കാറ്റുപോയ ബലൂൺപോലെയാണ് ഞാൻ

ഗുരുവിന്റെ മുറിയിൽ നിന്നും പുറത്തേക്കു വന്നത്. പുറത്ത് പ്രമോദ് എന്തോ വായിച്ചുകൊണ്ടിരിക്കുന്നുണ്ടായിരുന്നു. ഒരു പരീക്ഷണമെന്നോണം ഞാനാ കത്തുകൾ പ്രമോദിനെയും കാണിച്ചു. ആദ്യം അതു വായിക്കാൻ പ്രമോദ് മടിച്ചെങ്കിലും എന്റെ നിർബന്ധത്തിനു വഴങ്ങി അതെല്ലാം വായിച്ചു. എന്നിട്ടു പറഞ്ഞു. "നന്നായിരിക്കുന്നു... മഹനീയം..."

പെട്ടെന്നാണ് ഷൗക്കത്തേട്ടൻ അങ്ങോട്ടു വന്നത്. ഷൗക്കത്തേട്ടനെ കണ്ടതും പ്രമോദ് എഴുന്നേറ്റ് ഒന്നു വണങ്ങി. പ്രമോദിനെ കെട്ടിപ്പിടിച്ചു കൊണ്ട് ഷൗക്കത്തേട്ടൻ പറഞ്ഞു. "നിനക്കെന്താ ആളു തെറ്റിയോ? ഞാൻ ഗുരുവൊന്നുമല്ലാട്ടോ." (അവിടെ നടന്നതൊന്നും ഷൗക്കത്തേട്ടൻ അറിയുന്നില്ലല്ലോ.)

ഷൗക്കത്തേട്ടൻ കാണാതെ ആ കത്തുകളുമായി ഞാൻ മുറിയിലേക്കു പോയി. കത്തുകൾ വെച്ചിരുന്ന കവർ ഒന്നോടെ എടുത്ത് കട്ടിലിലേക്കു കുടഞ്ഞു. വെറുതെ ഒരു കൗതുകത്തിന് ഒന്നെണ്ണി നോക്കി. ഞാൻ ഞെട്ടിപ്പോയി. നാല്പത്തിയഞ്ച് എണ്ണം. "ഗുരു ഇത്ര കൃത്യമായി ഇതെങ്ങനെ അറിഞ്ഞു? എനിക്കൊട്ടുംതന്നെ വിശ്വസിക്കാനായില്ല. ഇന്ന് ഷൗക്കത്തേട്ടന്റെ 'താഴ്‌വരയുടെ സംഗീതം' വായിച്ചപ്പോൾ എനിക്കു മനസ്സിലായി... ഗുരു അന്നു പറഞ്ഞത് എത്രയോ സത്യമാണെന്ന്.

അന്നെഴുതിയ ആ കത്തുകളിലെല്ലാം ഇതേ വരികൾ ഞാൻ ഓർമ്മിക്കുന്നു. ഗുരുവിനു വായിക്കാൻ കൊടുത്ത ഒരു കത്തിൽ ഷൗക്കത്തേട്ടൻ ഇങ്ങനെ എഴുതിയിരിക്കുന്നു. "കീഴടങ്ങുകയും കീഴ്പ്പെടുത്തുകയും എന്ന പൈശാചികചിന്തയൊന്നും നമുക്കു വേണ്ട. പകരം വഴങ്ങുകയും വഴങ്ങിക്കൊടുക്കയുമാകാം... അതുമാത്രമാണ് മോളെ നന്മയിലേക്കുള്ള വഴി. വഴക്കമാർന്ന സൗമ്യതയാണ് വേണ്ടത്. താഴ്‌വരപോലെ മനോഹരവും നിഗൂഢവുമായ ഒരു സ്ത്രൈണത നിന്നിലുള്ളിടത്തോളം ആർക്കാണ് നിന്നിലേക്ക് ഒഴുകിയെത്താനാവാത്തത്?" (എനിക്കു സമ്മാനമായ് തന്ന ഡയറിയിൽ ഈ വരികൾ ഞാൻ കുറിച്ചുവെച്ചിട്ടുണ്ട്.) അതു ഞാൻ വീണ്ടും വായിച്ചു നോക്കി. ഇപ്പോ 'താഴ്‌വരയുടെ സംഗീതത്തിലും' അതേ വരികൾ ഞാൻ വായിക്കുന്നു.

ഈ പുസ്തകമെഴുതാൻ ആ കത്തുകൾ ഷൗക്കത്തേട്ടനെ സ്വാധീനിച്ചിട്ടുണ്ടെങ്കിൽ ഗുരുവിന്റെ വാക്കുകൾ സത്യമായി ഭവിക്കും. ഏതെങ്കിലും ഒരു പുരസ്ക്കാരം അതിനെ തേടി എത്താതിരിക്കില്ല.

കത്തുകളെല്ലാം തിരികെവെച്ച് മുറിപൂട്ടി പുറത്തിറങ്ങാൻ നേരം കരുണേട്ടൻ വന്നുപറഞ്ഞു: "ഗുരു തിരക്കുന്നുണ്ട്. വേഗം ചെല്ലൂ."

പ്രാർത്ഥനയ്ക്കുള്ള സമയമായി. ഇപ്പൊ എന്തിനാണാവോ ഗുരു എന്നെ വിളിക്കുന്നത്. ആ... ഗുരുവിന്റെ എന്തെങ്കിലും കാണാതായിട്ടുണ്ടാകും. അതു കണ്ടുപിടിച്ചുകൊടുക്കേണ്ട ജോലി എന്റേതാണ്. ഞാൻ

വേഗം ഗുരുവിന്റടുത്തു ചെന്നപ്പോൾ ഗുരു ചിരിച്ചുകൊണ്ട് പറഞ്ഞു. “മോളെ പ്രസാദിനെ ലൈനിൽ കിട്ടി. അയാൾക്കും സന്തോഷമായി. അയാൾ പറയുന്നു രണ്ടു വർഷമൊന്നും നീട്ടേണ്ട. ഫെബ്രുവരിയിൽ അയാൾ ലീവിനു വരുന്നു. അപ്പോൾ തന്നെ കല്യാണം നടത്തണമെന്ന്. (പ്രമോദിന്റെ ഒരേയൊരു സഹോദരനാണ് പ്രസാദ്. അദ്ദേഹവുമായി ഫോണിൽ സംസാരിച്ച കാര്യമാണ് ഗുരു പറഞ്ഞത്.) അതെനിക്കൊരു വല്ലാത്ത ഷോക്കായിപ്പോയി. ദൈവമേ... എനിക്കിനി അധികനാൾ എന്റെ ഗുരുവിന്റെകൂടെ നിൽക്കാനാവില്ലല്ലോ. ഏറിയാൽ രണ്ടുമാസം കൂടി. ഉള്ളിലെ വിങ്ങൽ കണ്ണുകളിൽ തന്നെ തടഞ്ഞുനിർത്തി നിശ്ശബ്ദയായ് ഞാൻ പ്രാർത്ഥനയ്ക്കു വന്നിരുന്നു.

പതിനാല്

അമാനുഷിക ശക്തികളൊന്നുംതന്നെ ഇല്ലാത്ത ഒരു സന്ന്യാസി ശ്രേഷ്ഠനായിരുന്നു ഗുരു നിത്യ. എന്നാൽ എന്നെ സംബന്ധിച്ചിടത്തോളം അദ്ഭുതങ്ങളുടെ ഒരു വിസ്മയലോകംതന്നെയായിരുന്നു ഗുരു.

കല്യാണം തീരുമാനിച്ച് ഏകദേശം ഒരാഴ്ച കഴിഞ്ഞ് പ്രമോദ് വീട്ടിലേക്കു മടങ്ങാൻ തുടങ്ങുകയാണ്.

പ്രമോദിന്റെ ഉള്ളിൽ എന്തെന്നില്ലാത്ത അങ്കലാപ്പായിരുന്നു. വീട്ടിൽ ചെന്ന് അച്ഛനോടും അമ്മയോടുമൊക്കെ എന്താണ് പറയുക... ഉള്ളിലെ വെപ്രാളങ്ങൾ മുഴുവൻ മുഖത്തു തെളിഞ്ഞുകാണാമായിരുന്നു.

എനിക്കാണെങ്കിൽ ഗുരുവിനെ വിട്ടുപോകുന്ന കാര്യം ചിന്തിക്കാൻ കൂടി വയ്യ. എന്റെ തളർച്ചയും വാടിയ മുഖവും ഒക്കെ കണ്ടിട്ടാവാം ഗുരു എന്നെ എഴുതാനൊന്നും വിളിച്ചുമില്ല. എഴുത്തൊക്കെ തമ്പാൻ അണ്ണനും ഷൗക്കത്തേട്ടനും തന്നെയായിരുന്നു.

ഗുരു നല്ല സന്തോഷത്തിലായിരുന്നു. രാത്രി പാദങ്ങൾ കഴുകി നമസ്കരിക്കാൻ നേരം ഞാൻ ചോദിച്ചു: "എന്നെ പറഞ്ഞയയ്ക്കാൻ ഗുരുവിന് തിരക്കായി അല്ലേ? രണ്ടു വർഷം കഴിഞ്ഞു മതി കല്യാണം എന്നു പറഞ്ഞിട്ട്..."

പെട്ടെന്ന് ഗുരു പറഞ്ഞു: "രണ്ടു വർഷം കൂടി ഞാൻ ജീവിച്ചിരിക്കുമെന്ന് എന്താ മോളെ ഉറപ്പ്?"

ഞാൻ പറഞ്ഞു: "ഗുരു, പ്ലീസ്..."

എന്റെ ശബ്ദം ഉച്ചത്തിലായിപ്പോയോ? അറിയില്ല. (രണ്ടു വർഷം കൂടി ഗുരു കാത്തുനിന്നുമില്ല).

പിന്നെ ഞാൻ ഒന്നും മിണ്ടാതെ ലൈറ്റ് അണച്ച് കതകു ചാരി പുറത്തുകടന്നു. പ്രയർ ഹാളിൽ ചെന്ന് കുറെനേരം തനിച്ചിരുന്നു. നാരായണഗുരുവും നടരാജഗുരുവുമെല്ലാം കണ്ണാടിഫ്രെയ്മിനുള്ളിലൂടെ എന്നെ നോക്കി ചിരിക്കുന്നുണ്ടായിരുന്നു. അവരുടെയൊക്കെ മുഖത്ത് സന്തോഷമായിരുന്നെങ്കിലും എന്റെ കണ്ണുകൾ നിറഞ്ഞൊഴുകുകയായിരുന്നു.

ഞാൻ ചുറ്റും നോക്കി. ആരുമില്ല. എല്ലാവരും ഉറങ്ങാൻ പോയിരിക്കുന്നു. അവിടിരുന്ന് ഒരു ജീവിതകാലം മുഴുവൻ വെറുതെ ഓർത്തു പോയി.

എപ്പോഴോ കരുണേട്ടൻ വന്നു പറഞ്ഞു: "കിടക്കാൻ പോകുന്നില്ലേ... പ്രയർ ഹാളിന്റെ ഡോർ അടയ്ക്കണമായിരുന്നു.''

കരുണേട്ടൻ കാണാതെ കണ്ണു തുടച്ച് ഞാൻ വേഗം എണീറ്റു. പിന്നെ സാവകാശം പുറത്തേക്കു നടന്നു.

നല്ല തണുപ്പുണ്ടായിരുന്നു. വിറച്ചിട്ട് എന്റെ പല്ലുകൾ കൂട്ടിമുട്ടുന്നുണ്ടായിരുന്നു. ഡിസംബർ ആയില്ലെങ്കിലും തണുപ്പ് നേരത്തെ അങ്ങെത്തിയിരുന്നു. ഞാൻ റിസപ്ഷനിൽ ചെല്ലുമ്പോൾ അവിടെ സോഫയിൽ പ്രമോദും ഷൗക്കത്തേട്ടനും സംസാരിച്ചുകൊണ്ടിരിക്കുന്നുണ്ടായിരുന്നു. ഞാനും അവരോടൊപ്പം ചെന്നിരുന്നു. ഷൗക്കത്തേട്ടൻ പറഞ്ഞു: "നേരം ഒരുപാടായിരിക്കുന്നു. ഇനി ഇവിടിരിക്കേണ്ട. നീ പോയി കിടന്നുറങ്ങ്.''

പ്രയർഹാളിൽ ബാക്കിവച്ച സങ്കടം ഒന്നോടെ പുറത്തേക്കു വന്നു. എനിക്കു സഹിക്കാനായില്ല. "എല്ലാവരും എന്നെ ഒഴിവാക്കുകയാണ്." ഞാൻ പറഞ്ഞു. അത് ഷൗ-ന് വല്ലാതെ ഫീൽ ചെയ്തു. ഷൗ പെട്ടെന്ന് എന്റെ കൈയെടുത്ത് നെഞ്ചിൽ വച്ചിട്ട് പറഞ്ഞു: "ഇതാ ഇവിടെ ഈ നെഞ്ചിൻകൂടിനുള്ളിൽ നീ ഉണ്ടല്ലോ. പിന്നെ എങ്ങനെ നിന്നെ ഒഴിവാക്കാനാണ്? ഇന്നാ ഈ ഹൃദയം ഞാനങ്ങു തരികയാണ്. ഇതിൽക്കൂടുതൽ ഞാനെന്തുവേണമെടാ?" ചോദ്യം പ്രമോദിനോടായിരുന്നു.

പ്രമോദ് ഒന്നും മിണ്ടാതെ അവിടെനിന്ന് എഴുന്നേറ്റുപോയി. ഒപ്പം ഞാനും. ഷൗ പിന്നെയും അവിടിരിക്കുന്നുണ്ടായിരുന്നു.

എന്തുകൊണ്ടോ ആ രാത്രി എനിക്കുറങ്ങാൻ കഴിഞ്ഞില്ല. നേരം പുലരുംവരെ ഓരോന്നാലോചിച്ച് കിടന്നു.

രാവിലെ എണീറ്റ് ഗുരുവിന്റടുത്ത് ചെന്നപ്പോൾ ഗുരുതന്നെ ഇരുന്ന് എഴുതുകയാണ്. ഞാൻ ചെന്ന് അടുത്തിരുന്നതും മുഖം ഉയർത്തി എന്നെ ഒന്നു നോക്കിയിട്ട് പറഞ്ഞു: "നീ പോയി കുറച്ചു നേരം ഉറങ്ങിയിട്ടു വാ. രാത്രി ഒട്ടും ഉറങ്ങിയില്ലല്ലോ.'' അല്പം സംശയത്തോടെ ഗുരുവിനെ ഒന്നു നോക്കിക്കൊണ്ട് ഞാൻ പറഞ്ഞു: "ഏയ്, ആരു പറഞ്ഞു ഞാൻ ഉറങ്ങിയില്ലെന്ന്. ഗുരു ആ പേപ്പറിങ്ങു താ. ഞാൻ എഴുതാം."

"വേണ്ടെന്നല്ലേ പറഞ്ഞേ. നീ പോയി കുറച്ചുനേരം ഉറങ്ങ്.''

എനിക്കു ദേഷ്യം വന്നു. ഞാൻ പറഞ്ഞു: "അല്ലെങ്കിലും ഗുരുവിനിപ്പൊ എന്നെ വേണ്ടാതായിരിക്കുന്നു.'' അല്പം പരിഭവത്തോടെ ഞാൻ തിരിഞ്ഞുനടന്നു. പെട്ടെന്ന് വീണ്ടും തലയുയർത്തി ഗുരു ഉറക്കെ പറഞ്ഞു: "ആ പിന്നെ നിന്റെ കൈയിലിരിക്കുന്ന സാധനം എന്റെ മേശപ്പുറത്തു വച്ചിട്ടു വേണം പോവാൻ.''

അത് ഒരു ആജ്ഞപോലെയാണ് എനിക്കു തോന്നിയത്. ഞാൻ രണ്ടു കൈയും നിവർത്തി നോക്കി. എന്നിട്ട് ഒന്നുമില്ലല്ലോ എന്നപോലെ ഗുരുവിനെ ഒന്നു നോക്കി.

ഗുരു പുരികം അല്പം ചുളിച്ച് ചെറിയ ചിരിയോടെ എന്നെ നോക്കി പറഞ്ഞു: "അത്... ഇന്നലെ രാത്രി അയാൾ എന്തോ നിന്റെ കൈയിൽ വച്ചുതന്നില്ലേ. അയാളുടെ ഹൃദയമോ മറ്റോ... അത് ഇവിടെ വച്ചിട്ടു പോകാനാണ് പറഞ്ഞത്. അതിനി ഞാൻ സൂക്ഷിച്ചോളാം." ഞാൻ വാപൊളിച്ചുപോയി. ഒന്നും പറയാനാവാതെ അന്തംവിട്ട് ഒരു നിമിഷം ഗുരുവിനെത്തന്നെ നോക്കിനിന്നു.

അല്പനേരത്തേക്ക് എന്റെ ബോധം പോലും മറഞ്ഞുപോയി എന്നു തോന്നുന്നു.

"ആ നീ ചെന്ന് ആ ഷെയ്ക്കാനോട് വേഗം ഇങ്ങു വരാൻ പറ." വീണ്ടും ഗുരുവിന്റെ ശബ്ദം. എനിക്കു ബോധം വീണു കിട്ടിയപോലെ.

ഞാൻ ദയനീയമായി ഗുരുവിനെ ഒന്നു നോക്കി. പിന്നെ ഒന്നും മിണ്ടാതെ മുറിയിൽ പോയി കിടന്നു.

എത്ര ആലോചിച്ചിട്ടും എനിക്കു പിടികിട്ടിയില്ല, ഗുരു എങ്ങനെയാണ് ഇതൊക്കെ അറിയുന്നതെന്ന്.

ഗുരുവിന് അങ്ങനെ എന്തെങ്കിലും ഒരു ശക്തി ഉണ്ടായിരിക്കുമോ? എനിക്കറിയില്ല.

ഇവിടെങ്ങും തീരുന്നില്ല എന്റെ അദ്ഭുതങ്ങൾ. ഇനിയും ഒരുപാടുണ്ട്. അതൊക്കെ പറഞ്ഞാൽ ആരൊക്കെ ഉൾക്കൊള്ളുമെന്നും എനിക്കറിയില്ല. എങ്കിലും പറയാതിരിക്കാൻ എനിക്കാവില്ലല്ലോ.

ഗുരുകുലത്തിൽ കുറച്ചുനാൾ താമസിക്കാൻ വന്ന ഒരു ചങ്ങാതിക്ക് എന്നോട് ഒരിഷ്ടം തോന്നി. അയാൾ അതെന്നോട് തുറന്നു പറയുകയും ചെയ്തു. വീടും കൂടുമൊന്നും വേണ്ടാന്നു പറഞ്ഞുനടക്കുന്ന എനിക്കതിൽ യാതൊരു താത്പര്യവും തോന്നിയില്ല. അതുകൊണ്ടുതന്നെ പ്രേമവും ദാമ്പത്യവുമൊന്നും ഈ ജന്മം എനിക്കില്ല എന്നു പറഞ്ഞ് ഞാനതൊഴിവാക്കി. അയാളോടങ്ങനെ പറഞ്ഞതിന്റെ പിറ്റേ ആഴ്ചതന്നെ ഗുരു എനിക്ക് കല്യാണം തീരുമാനിക്കുകയും ചെയ്തു. അത് അയാൾക്ക് വല്ലാത്തൊരു കുറച്ചിലായി. അതിന്റെ നീരസം പലവിധത്തിലും അയാൾ എന്നോടു പ്രകടിപ്പിച്ചിരുന്നു.

ഒരു ദിവസം ഷൗക്കത്തേട്ടൻ ഗുരുവിന്റെ അടുത്തിരുന്ന് എഴുതുകയായിരുന്നു. തൊട്ടടുത്തുതന്നെ ഞാനും എന്തോ ചെയ്തുകൊണ്ടിരിക്കുകയായിരുന്നു.

അന്നു രാവിലെ ആ ചങ്ങാതിയെ മെയിൽ എടുക്കാൻ വേണ്ടി ഗുരു പോസ്റ്റോഫീസിൽ പറഞ്ഞയച്ചിരുന്നു. കത്തുകളുമായി തിരിച്ചെത്തിയ അവന്റെ മുഖത്ത് വല്ലാത്തൊരു സന്തോഷം ഞാൻ ശ്രദ്ധിച്ചു.

അന്തേവാസികൾക്കുള്ള കത്തെല്ലാം പ്രയർഹാളിൽ വച്ചിട്ട് ഗുരുവിനുള്ളതു മാത്രം ഗുരുവിന്റെ മേശപ്പുറത്തു കൊണ്ടുവയ്ക്കുകയാണ് പതിവ്.

അന്ന് പതിവില്ലാതെ അയാൾ ഗുരുവിനു കത്തു കൊണ്ടുകൊടുത്ത ശേഷം അവിടൊക്കെത്തന്നെ ചുറ്റിപ്പറ്റി നിൽക്കുന്നതും ഞാൻ ശ്രദ്ധിച്ചു.

ഗുരു ഓരോരോ കത്തുകളായി പൊട്ടിച്ചുനോക്കുകയാണ്. ഒപ്പം ഷൗ-ന് എഴുതാനുള്ളതും പറഞ്ഞുകൊടുക്കുന്നുണ്ട്.

ഒരു കവർ പൊട്ടിച്ചതും വളരെ അതിശയത്തോടെ ഗുരു വിളിച്ചു പറഞ്ഞു.

“അയ്യോ മോളെ നീ ഇതു കണ്ടോ? നീയും ഈ ഇക്കയും കൂടിനിൽക്കുന്ന ഒരു ഫോട്ടോ... ആരോ എനിക്കയച്ചുതന്നിരിക്കുന്നു.”

പെട്ടെന്ന് ഷൗ വല്ലാത്തൊരു ചമ്മലോടെ ഞാനൊന്നും അറിഞ്ഞിട്ടില്ല എന്ന മട്ടിൽ “ഞാനോ ഗുരു? എന്തിയേ?...” എന്നു പറഞ്ഞ് അതിലോട്ടൊന്ന് എത്തിനോക്കി.

ഞാനാണെങ്കിൽ അത്യധികം സന്തോഷത്തോടെ “ആഹാ ഇതു കിട്ടിയോ? എന്നെടുത്ത ഫോട്ടോയാ! എന്നിട്ട് ഇപ്പോഴാണല്ലോ ആ പഹയൻ ഇതയച്ചുതരുന്നത്” എന്നു പറഞ്ഞു. ഗുരു ആര് എന്ന ഭാവത്തിൽ എന്നെ ഒന്നു നോക്കി.

ഞാൻ പറഞ്ഞു. “ഇത് പ്രമോദ് എടുത്ത ഫോട്ടോയാ ഗുരു. ഞാൻ അന്നേ ഗുരൂനോട് പറഞ്ഞിരുന്നില്ലേ... പ്രമോദ് ഞങ്ങളുടെ ഫോട്ടോ എടുത്ത കാര്യം.”

“ഓ, ഞാനതു മറന്നുപോയി. മോളെ. ഞാൻ വിചാരിച്ചു നിന്റെ കല്യാണം മുടക്കാൻ ആരോ ചെയ്തതാണെന്ന്.”

ഞാനാ കവർ എടുത്തു നോക്കി. അതിൽ ഷൗക്കത്തേട്ടന്റെ അഡ്രസ് തന്നെയാണ് എഴുതിയിരിക്കുന്നത്. അത് മനഃപൂർവം ആരോ ഗുരുവിന്റെ കത്തുകൾക്കിടയിൽ വച്ചതാണ്.

ഒരു ദീർഘനിശ്വാസം കേട്ട് ഞാനൊന്നു തിരിഞ്ഞുനോക്കി. ഷൗ ആണ്. അപ്പോഴാണ് ഷൗവിന് ശ്വാസം നേരെ വീണതെന്ന് തോന്നുന്നു.

അപ്പോഴേക്കും തപാൽ കൊണ്ടുവന്ന ആൾ നിരാശനായി അവിടെ നിന്ന് സ്ഥലംവിട്ടിരുന്നു.

ഞാൻ അതിൽനിന്ന് ഒരു ഫോട്ടോ എടുത്ത് എന്റെ മുറിയിലേക്കു വന്നപ്പോൾ ആളുണ്ട് അവിടെ നിൽക്കുന്നു. ഞാൻ ആ ഫോട്ടോ അയാളെ കാണിച്ചിട്ട് പറഞ്ഞു: “ഇതു കണ്ടോ? പ്രമോദ് എടുത്ത ഫോട്ടോയാണ്.”

“ആ കൊള്ളാം” എന്നു പറഞ്ഞ് ആൾ പുറത്തേക്കിറങ്ങിപ്പോയി.

അന്നു രാത്രി നമസ്കരിക്കാൻ ചെന്നപ്പോൾ ഗുരു എന്നോട് ചോദിച്ചു: “നിനക്കവനോട് ദേഷ്യമുണ്ടോ?”

ഞാൻ പറഞ്ഞു: “ആ അപ്പോൾ ഗുരൂന് ആളെ പിടികിട്ടി അല്ലെ?”

“അതിനല്ലേ മോളെ, ഇന്ന് അവനെതന്നെ ഞാൻ പോസ്റ്റോഫീസിൽ അയച്ചത്.’’

(അയാൾ എന്നെ ഇഷ്ടം അറിയിച്ച അന്നുതന്നെ ഞാനത് ഗുരുവിനോട് പറഞ്ഞിട്ടുണ്ടായിരുന്നു).

“നിനക്കു ചുറ്റും ഞാനൊരു ഭൂതക്കണ്ണാടി സ്ഥാപിച്ചിട്ടുള്ള കാര്യം ഇവിടാർക്കും അറിയില്ലല്ലോ? ആ ഷൗക്കത്തും ഒന്നു വിരണ്ടുപോയല്ലേ. അതും വേണം. കാരണം ഇത്തിരി കള്ളങ്ങളൊക്കെ അയാളുടെ ഉള്ളിലും കിടപ്പുണ്ട്. അതെല്ലാം ഊറിപ്പോണം. എങ്കിലേ പൂർണമായ ശുദ്ധി കൈവരൂ. നന്മ വേണം മോളേ. മനസ്സു നിറയെ വെണ്മയുള്ള നന്മ വേണം.”

ഞാൻ ഗുരുവിന്റെ പാദങ്ങളിൽ ചുംബിച്ചു. എന്നെ പൂർണമായും ഞാനവിടെ സമർപ്പിച്ചുകഴിഞ്ഞതാണല്ലോ.

ഗുഡ്നൈറ്റ് പറഞ്ഞ് മടങ്ങുമ്പോൾ എനിക്കിനിയും എന്റെ ഗുരുവിനെ മനസ്സിലാക്കാൻ കഴിയുന്നില്ലല്ലോ എന്ന് എന്റെ മനസ്സിനോടുതന്നെ പരാതിപ്പെടുകയായിരുന്നു.

പതിനഞ്ച്

വളരെ പെട്ടെന്നായിരുന്നു ദിവസങ്ങൾ കടന്നുപൊയ്ക്കൊണ്ടിരുന്നത്. ഗുരുവിന് എല്ലാ കാര്യത്തിലും ധൃതിയും ഉത്കണ്ഠയും ഒക്കെ കൂടുതലായിരുന്നു. താതകണ്വന്റെ മനസ്സോടെ എപ്പോഴും എന്നെ നിരീക്ഷിക്കുന്നതായി എനിക്കു തോന്നി.

അധികസമയവും ഗുരുവിന്റെ കിച്ചണിൽ വന്ന് പാചകം ചെയ്യും. ഓരോന്നും ഉണ്ടാക്കുമ്പോൾ അതിന്റെ ചേരുവകളെല്ലാം എനിക്കു പറഞ്ഞുതരും. എന്നിട്ട് പറയും: "നിനക്ക് പത്തനംതിട്ടക്കാരുടെ രുചികൾ അറിയില്ലല്ലോ?" (എനിക്ക് എറണാകുളത്തുകാരുടെ രുചിപോലും അറിയില്ലായിരുന്നു).

ഒരു ദിവസം രാവിലെ ഗുരുവിന്റെയടുത്ത് ചെന്നപ്പോൾ ഗുരു എന്നോടൊന്നും മിണ്ടുന്നില്ല. എത്രയോ നേരം അടുത്തു ചെന്നുനിന്നിട്ടും എന്നെ ഒന്നു നോക്കിയതല്ലാതെ ഒന്നും സംസാരിക്കുന്നില്ല.

ഞാൻ മനസ്സിൽ ചിന്തിച്ചു. 'അയ്യോ... ഈ ഗുരുവിനെന്തു പറ്റി?'

എന്റെ ഉള്ളം നീറുകയായിരുന്നു.

ഗുരു ആണെങ്കിലും എന്നെ മൈൻഡ് ചെയ്തില്ലെങ്കിൽ പിന്നെ അവിടെ നിൽക്കുന്ന സ്വഭാവം എനിക്കു പണ്ടേ ഇല്ലായിരുന്നു. ഞാൻ പതുക്കെ അവിടെനിന്ന് സ്ഥലം വിടാൻ തുടങ്ങിയപ്പോഴേക്കും ഗുരു കസേരയിൽ നിന്ന് എണീറ്റു.

പിന്നെ സാവകാശം വന്ന് കട്ടിലിൽ കിടന്നു. പതിവിനു വിപരീതമായ രീതികൾ കണ്ട് ഞാൻ അമ്പരന്നുനിന്നതേയുള്ളൂ. എന്റെ നിസ്സംഗത കണ്ടിട്ടാവാം ഗുരു പറഞ്ഞു, "ഉറങ്ങാതെ ഇരിക്കുമ്പോൾ ആരാണ് ഉണർന്നിരിക്കുന്നത്? ഉലകരുറങ്ങിയുണർന്നു ചിന്ത ചെയ്യുന്നതിലൊന്നും രസമില്ലാതെ വരുമ്പോൾ മൗനഘനമായ ആത്മാവിൽ ആത്മാവ് അമർന്നുപോകും. ആത്മാവിൽ ആത്മാവ് അമർന്നുപോകുമ്പോൾ പിന്നെ ഉണ്ടായിരിക്കുന്നത് ചിദാത്മാവല്ല, ജീവാത്മാവല്ല, പരമാത്മാവല്ല, സർവാത്മാവ് മാത്രം. ഞാൻ ഇല്ലാതായിപ്പോയിരിക്കുന്നു. അതുകൊണ്ടുതന്നെ നീയും ഇല്ല."

ഗുരു പതുക്കെ സംസാരിക്കാൻ തുടങ്ങി; ഞാൻ പെട്ടെന്ന് പേപ്പറും പേനയും എടുത്ത് എഴുതാനും.

ഗുരു പറഞ്ഞു: "നിർമലവും നിരതിശയവും നിശ്ചിന്തയുമുള്ള വേറെയും ജീവരൂപങ്ങളുണ്ട്. സ്വന്തം വേരിനെ ഭൂമിയുടെ ആഴത്തിലുള്ള ഇരുളിൽ പ്രതിഷ്ഠിതമാക്കിക്കൊണ്ടു നിൽക്കുന്ന മഹാമരങ്ങൾ... അവയും മൗനത്തിലാണ്. ഒരതിശയവും അവയെ ആകാംക്ഷയുള്ള വരാക്കുന്നില്ല. ഭൂമണ്ഡലത്തെ ചുറ്റിക്കിടക്കുന്ന സാഗരങ്ങളും ഉൾക്കടലുകളും കായലുകളും പൊയ്കകളും ദിവസവും ആകാശത്തുവന്ന് തിളങ്ങി ജ്വലിക്കുന്ന സൂര്യനോട് വാക്കില്ലാതെ പറയും, 'ഞങ്ങൾക്കീ മാമരങ്ങളുടെ തണ്ണീർദാഹം തീർത്തുകൊടുക്കാനുള്ള സേവ ചെയ്യുവാൻ അനുഗ്രഹം തരണം'. സകലരുടെയും സുഖദുഃഖങ്ങൾ അറിയുന്ന സൂര്യൻ അഗാധത്തിൽ കിടക്കുന്ന ജലത്തെ വായുവിൽ കലർത്തി നീരാവിയാക്കി അത്യുന്നതങ്ങളിലേക്കു കൊണ്ടുപോയി മഴമേഘങ്ങളാക്കി, ഭൂലോകമൗനികളായ മഹാവൃക്ഷങ്ങൾക്ക് കൃപാരസമായി മുകളിൽ നിന്ന് വർഷിക്കുമ്പോൾ കൂറ്റൻ പാറയുടെ മുകളിലുള്ള ഒരു വിള്ളലിൽ പൊടിച്ചുവന്ന ഒരു പുൽച്ചെടിയുടെ പുല്ലോല കരിഞ്ഞ് വേരിൽ പോയി ഉറങ്ങുന്നതു കണ്ടിട്ട് സങ്കടപ്പെട്ട പാറയുടെ ഹൃദയം പോലും ഉരുകി പുല്ലോലയോടു പറയും, 'ഉണരൂ മോനെ ഉണരൂ... ആകാശത്തിൽ നിന്ന് വർഷപാതം വരുന്നു. നിനക്ക് വീണ്ടും നാളെ ഒരു തളിരില കൊണ്ടുവരാൻ കഴിയും'. ഇങ്ങനെ ലോകമെമ്പാടും നിറഞ്ഞുനിൽക്കുന്ന ഒരു കാരുണ്യമുണ്ട്. അതു മനസ്സിലാക്കുന്നവർക്ക് മാത്രമേ മുനിജനത്തിന് സേവ നൽകുവാനുള്ള താത്പര്യം ഉണ്ടാവുകയുള്ളൂ.''

ഗുരു പറഞ്ഞുനിർത്തിയെന്നു തോന്നുന്നു. ഒന്നും മിണ്ടുന്നില്ല. ഞാൻ ഗുരുവിന്റെ മുഖത്തുതന്നെ നോക്കിയിരിക്കുകയാണ്. പ്രാർത്ഥനയ്ക്കുള്ള സമയമാകാറായി. ഗുരു ഇനിയും കുളിച്ചിട്ടില്ല. രാജണ്ണൻ വന്നു വിളിച്ചു: "ഗുരു, കുളിക്കർത്ക്ക് തണ്ണി റെഡിയായി.''

ഗുരു മെല്ലെ കണ്ണു തുറന്നു. സാവകാശം എണീറ്റു. പിന്നെ എന്നോടായി പറഞ്ഞു: "നീയും പോയി റെഡിയാക്. ബാക്കി പ്രാർത്ഥനക്ലാസിൽ എഴുതാം."

ഗുരു കുളിക്കാൻ പോയി. ഞാൻ വിളക്ക് തെളിയിക്കാനും.

കൃത്യസമയത്തുതന്നെ ഗുരു പ്രാർത്ഥനയ്ക്ക് വന്നു. ദൈവദശകത്തിനു ശേഷം ഗുരു പറഞ്ഞു: "രാവിലെ എഴുതിയതൊന്നു വായിക്കൂ.''

ഞാൻ ഉറക്കെ വായിച്ചു. കുറച്ചുനേരം മൗനമായിരുന്ന ശേഷം ഗുരു പറഞ്ഞുതുടങ്ങി: "അന്യോന്യം ഒച്ചപ്പാടില്ല. ധനശേഖരണമില്ല. മണ്ണിനടിയിൽ ദീർഘകാലം തപസ്സു ചെയ്തു കിടന്നിരുന്ന, കടുകിനേക്കാൾ ചെറുതായ ഒരശ്വത്ഥബീജം വരണ്ടുണങ്ങിക്കിടന്ന മണ്ണിൽ വീണ ജലകണങ്ങളുടെ സാന്ദ്രസംഗീതം കേട്ട് ഉണർന്ന് എണീക്കുവാൻ ശ്രമിക്കുന്നു.

ബീജത്തെ പൊതിഞ്ഞിരിക്കുന്ന ഒരു കുഞ്ഞുതോടുണ്ട്. ചെറുതെങ്കിലും അതിനു ബലമുണ്ട്. വിത്തിനുള്ളിൽ കിടക്കുന്ന ബീജം സ്വതന്ത്രേച്ഛ യുള്ളതാണ്. അത് കരയുന്നത് ആരും കേൾക്കുന്നില്ല. എന്നാലും ആകാശത്തുനിന്ന് അന്തരീക്ഷവായുവിന്റെ ആശ്ലേഷമേറ്റ് ഭൂമിയോള മെത്തുന്ന മഴമുത്തിന് വിത്തിനകത്തിരിക്കുന്ന ബീജത്തിന്റെ നിശ്ശബ്ദ രോദനം കേൾക്കാം. അവൻ വിത്തിന്റെ തോടിനെ മെല്ലെ നക്കി നക്കി മൃദുലമാക്കി തോടിന് വേദന ഇല്ലാത്ത രീതിയിൽ പൊട്ടിച്ച് ബീജത്തിനു ള്ളിലുള്ള അങ്കുരത്തെ പുറത്തേക്കു കൊണ്ടുവരുന്നു (ശരിക്കും ഒരു സുഖപ്രസവം).

അത്രയുമായാൽ പിന്നെ സൂര്യന്റെ ഹൃദയത്തിൽ കൃതാർത്ഥത നിറയും. താൻ കടലിൽനിന്നും കായലിൽനിന്നും നദികളിൽനിന്നും കർഷകന്റെ വിയർപ്പിൽനിന്നും കരയുന്ന അമ്മയുടെ കണ്ണുനീരിൽ നിന്നും ആവാഹിച്ചെടുത്ത് ആകാശത്തോളം ഉയർത്തിയ മഴമേഘത്തിന് ദീർഘദീർഘമായ ദേശാടനത്തിനുശേഷം ഒരു കുഞ്ഞുബീജത്തിന്റെ സ്വതന്ത്രേച്ഛയെ മാനിക്കുവാൻ കഴിഞ്ഞല്ലോ. അതിനിനി ഊർജം നൽകു വാനുള്ള ഉത്തരവാദിത്തം തനിക്കുമുണ്ടെന്ന് വായുവിനെ പുണർന്നു പോകുന്ന സൂര്യരശ്മി പറയുന്നു. വായുവിൽ മലർന്നുകിടക്കുന്ന ഊർപ്പം കുരുന്നുചെടിയുടെ ആദ്യത്തെ അങ്കുരത്തിൽ അല്പമാത്രമായ മരതക കാന്തി തേച്ചുകൊടുക്കാൻ കൊതിച്ചുപോകുന്നു. 'ആദ്യത്തെ ഇല'. ഓരോ ഇല ഉണ്ടാകുമ്പോഴും അതിൽ 'ആദിത്യ'ചുംബനമുണ്ട്. കടലിൽനിന്ന് വന്ന ജലത്തിന്റെ ഉണർത്തുപാട്ടു കേട്ടാണ് ഇല ഉണർന്നുവരുന്നത്. മനുഷ്യർക്ക് 'കരി' എന്നു പറഞ്ഞാൽ എന്തോ എരിഞ്ഞു ബാക്കി വരുന്ന കറുത്ത അവശിഷ്ടം മാത്രമാണ്. എന്നാൽ ആ കരിയിൽതന്നെ ജീവനു മാധുര്യം നൽകുന്ന പഞ്ചസാര ഉണ്ട്. അതിന് കഠോരവജ്രമായിരിക്കാനും കഴിയും. അങ്ങനെ ജീവശാസ്ത്രത്തിന്റെ അടിസ്ഥാനമായിരിക്കുന്നത് എല്ലാറ്റിലും അദൃശ്യനായിരുന്നുകൊണ്ട് സദൃശ്യനായ് ഭവിക്കുന്ന ഒരു മൗനിയാണ്. 'കരി' എന്ന് നമ്മൾ പറയുമ്പോൾ ശാസ്ത്രജ്ഞൻ അതിനെ 'കാർബൺ' എന്നു വിളിക്കും. പരമാണു സങ്കേതങ്ങൾ തമ്മിൽ ഇണങ്ങു മ്പോൾ മൗനമായിരിക്കുന്ന ജീവന് സേവനം ലഭിക്കുകയാണ്. അവിടെ യാണ് മുനിജനസേവയുടെ സാദൃശ്യം."

ഗുരു പറഞ്ഞുനിർത്തി.

എല്ലാവരും ആകാംക്ഷാഭരിതരായിരിക്കുകയാണ്.

'പൂർണമദഃ' ചൊല്ലിയതിനുശേഷം ഗുരു പറഞ്ഞു: "വേഗം പോയി ആഹാരം കഴിച്ചിട്ടു വരൂ... കുറച്ചുകൂടി എഴുതാനുണ്ട്."

പതിനാറ്

ആഹാരം കഴിച്ച് ഞാൻ ഗുരുവിന്റെ മുറിയിൽ ചെല്ലുമ്പോൾ ഗുരു കണ്ണടച്ചു കിടക്കുകയായിരുന്നു. ഞാൻ ശബ്ദമുണ്ടാക്കാതെ എഴുത്തു മുറിയിൽ ചെന്നിരുന്നു. അല്പനേരം കഴിഞ്ഞപ്പോൾ ഗുരു കണ്ണു തുറന്നു.

എന്നെകണ്ടതും ആഹാ...നീ ഇവിടെ വന്നിരിക്കുകയായിരുന്നോ എന്നു ചോദിച്ചുകൊണ്ട് എഴുത്ത് മേശയ്ക്കരികിൽ വന്നിരുന്നു.

എന്നിട്ട് പറഞ്ഞു, "എഴുതിയാലോ..."

"റെഡി ഗുരു" ഞാൻ പറഞ്ഞു

ഗുരു പറയാൻ തുടങ്ങി.... "പൂവിരിയുമ്പോൾ ഒച്ചപാടില്ല. പൂമ്പൊടി ശലഭത്തിന്റെ ശരീരത്തിൽ പറ്റിയിരുന്ന് അടുത്ത പൂവിലേക്ക് പോകുമ്പോൾ വിജയഗാഥയൊന്നും പാടുന്നില്ല. പിന്നെ ഒരു പൂവിനു പരാഗണം സംഭവിക്കുമ്പോൾ മനുഷ്യരുടെ മംഗല്യസൂത്രം അണിയിക്കുന്നതിന്റെ ആർഭാടമൊന്നും അവിടെയില്ല. എല്ലാം മൗനം....എല്ലാം രഹസ്യം...

സൂര്യപ്രകാശത്തിൽ തിളങ്ങിനിൽക്കുന്ന വർണ്ണോജ്ജ്വലമായ പൂവിനെത്തേടി ദൂരത്തുനിന്ന് പ്രണയധ്വനിയോടുകൂടി പറന്നു വരുന്ന ഭൃംഗത്തിന്റെ മധുരസ്വപ്നത്തിനും അത് തേൻ നുകരുമ്പോഴുണ്ടാകുന്ന നിർവൃതിക്ക് ആരും സാക്ഷിയല്ല. എന്നാൽ പരാഗണം കഴിഞ്ഞ് പിറപ്പൊഴിഞ്ഞു വാഴുന്ന നിത്യജീവൻ ഒരിക്കൽക്കൂടി പിറപ്പിനെ ഒരു പ്രതിഭാസമാക്കുകയാണ്.

ഇങ്ങനെ ലോകോത്തരമായ സർജ്ജനക്രിയ മൗനത്തിന്റെ ഹൃദയത്തിൽനിന്നും ഉണർന്നുവരുന്നു. ഇതൊക്കെയും ധ്യാനിച്ചറിയുവാൻ കഴിയുന്നവർക്കു മാത്രമേ പിറപ്പൊഴിഞ്ഞു വാഴാനാവൂ. മുനിജനസേവനത്തിൽ മൂർത്തിനിർത്താൻ കഴിയുകയുള്ളൂ. അത് സാമൂഹികതയുടെ അരങ്ങു തകർത്തുന്ന ഒരു ആഘോഷമല്ല.... ഘോഷമേയല്ല.

ഇങ്ങനെ കല്പാന്തകാലങ്ങളിൽക്കൂടി വിശ്വരചനയുടെ അഴിവില്ലാത്ത നിത്യസർജ്ജനം സംഭവിക്കുന്നു. ഇതാരറിയുന്നുവോ അവന് അളവറ്റ നിർവൃതിയുണ്ടാകുന്നു. ഗുരുവിന്റെ തൃച്ചേവടികളിരുന്നു അവിടുത്തെ ഹൃദയപുണ്ഡരീകത്തിൽ വിളങ്ങുന്ന മൗനത്തേൻ ഉണ്ണുവാൻ

കഴിയുന്നവർക്കു മാത്രമേ നാരായണഗുരുവിന്റെ ഈദൃശമായ ദർശനം കാണുവാൻ കഴിയുന്നുള്ളൂ.

നല്ലൊരു മന്ദഹാസത്തോടെ ഗുരു പറഞ്ഞു നിർത്തി.

പിന്നെ എന്നോടായ് പറഞ്ഞു, "നീ ഇതുകൊണ്ടുപോയി ആ യാജ്ഞ വല്ക്യന്റെ കയ്യിൽ കൊടുക്ക്. (ഗുരുകുലത്തിൽ മറ്റൊരു പ്രമോദുകൂടി ഉണ്ടായിരുന്നു. ഗുരുവിന് ഉപനിഷത്ത് എല്ലാം എഴുതിക്കൊടുത്തത് കൊണ്ട് ഗുരു ഇട്ട പേരാണ് അത്. പ്രമോദേട്ടൻ എഴുതിയാൽപ്പിന്നെ പ്രിന്റ് എടുക്കേണ്ട ആവശ്യമില്ല. അത്രയ്ക്ക് മനോഹരമാണ് ആ അക്ഷര ങ്ങൾ. അത്രതന്നെ സത്യസന്ധതയും ശുദ്ധിയും ലാളിത്ത്യവും ജീവിത ത്തിൽ പാലിക്കുന്ന ഒരാളായിരുന്നു പ്രമോദേട്ടൻ.... എന്നാൽ ഗുരുവിന്റെ അസാന്നിദ്ധ്യം ആ ഏട്ടനിൽ വരുത്തിയ മാറ്റം അത്യന്ത്യം ദയനീയമാണ്. അടുത്തറിയാവുന്ന ആർക്കും സങ്കടം വന്നുപോകും ആ ഏട്ടനെ കണ്ടാൽ.)

പിന്നെ എന്നെ അടുത്തു വിളിച്ച് കാതിൽ മെല്ലെ പറഞ്ഞു... "മോളെ ഈ ക്ലാസ്സ് നിനക്കുവേണ്ടിയാണ്. ജീവിതം മുനിജനസേവയ്ക്കുള്ള താണ്... പുണരാനും പുല്കാനും പ്രാപിക്കാനും മാത്രമുള്ളതാവരുത് ദാമ്പത്യം. അതൊരു തപസ്സായായിരിക്കണം. അതിൽ ഒരു ദീപ്തിയുണ്ട്.... വിശ്വരചനയുണ്ട്. അത് അനുഭവിക്കാൻ... ജീവിതംകൊണ്ടു വരച്ചു കാട്ടാൻ.... നിങ്ങൾക്ക് കഴിയട്ടെ."

പതിനേഴ്

ഫെബ്രുവരി മാസം വന്നെത്തിയത് വളരെ പെട്ടെന്നാണ്. ഒരു ദിവസം രാവിലെ ഗുരു ജ്യോതിയേച്ചിയെ വിളിച്ചു പറഞ്ഞു. "ജ്യോതി... കല്യാണം ഇങ്ങു വന്നു... കന്യാദാനം ചെയ്യുമ്പോൾ കനകോം ദാനം ചെയ്യണമെന്നാ... നമ്മൾ എന്താണ് മോളെ കുഞ്ഞൂസിനു കൊടുക്കുക...?"

ജ്യോതിയേച്ചി പെട്ടെന്ന് മറുപടി പറഞ്ഞു... "അതിനെന്താ ഗുരു... ടൗണിലെ ഏതെങ്കിലും ജ്വല്ലറിയിൽ പോയി അവൾക്കിഷ്ടമുള്ളത് വാങ്ങി കൊടുക്കണം."

അന്നത്തെ തപാലിൽ ഏതോ പുസ്തകപ്രസാധകരുടെ ഒരു ചെക്ക് വന്നിരുന്നു. ഗുരു അതും എടുത്ത് ജ്യോതിയേച്ചിയേയും വിളിച്ചുകൊണ്ട് ഒറ്റപോക്ക്.

ഞാൻ എല്ലാം നിശ്ശബ്ദം നിരീക്ഷിക്കുകയായിരുന്നു. കല്യാണത്തിന് എനിക്ക് സ്വർണ്ണമൊന്നും വേണ്ടെന്ന് ഞാൻ നേരത്തെ തന്നെ ഗുരുവിനോട് പറഞ്ഞിരുന്നു.

ഗുരു മടങ്ങിയെത്തിയപ്പോൾ ഞാൻ അടുക്കളയിൽ പാത്രങ്ങൾ കഴുകുകയായിരുന്നു. ഗുരുവിന്റെ കാർ കണ്ടതും ഞാൻ ഒറ്റയോട്ടം വച്ചുകൊടുത്തു. കിതച്ചുകൊണ്ട് ഓടിവന്ന എന്നെ ചേർത്തു പിടിച്ച് ഗുരു പറഞ്ഞു... "നോക്കുമോളെ, ഞാൻ എന്താ നിനക്കു കൊണ്ടുവന്നിരിക്കുന്നതെന്ന്. 'എന്നിട്ട് ഒരു കവർ തുറന്ന് അതിൽനിന്നപം ഒരു ആഭരണപ്പെട്ടി എടുത് എന്റെ കയ്യിൽ തന്നിട്ടു പറഞ്ഞു.... "നീ അതൊന്നു തുറന്നു നോക്കിയേ.."

ആകാംക്ഷയോടെ ഞാനതു തുറന്നു. ഒരു നെക്ലേസ്. ധൃതിയിൽ ഗുരു അതെടുത്ത് എന്റെ കഴുത്തിൽ ഇട്ടുതന്നു. എന്നിട്ട് അത്യധികം സന്തോഷത്തോടെ പറഞ്ഞു.... "ഹായ് നിനക്കിത് നന്നായി ചേരുന്നുണ്ട് മോളെ" ഞാൻ കണ്ണാടിയൊന്നും നോക്കിയില്ല പകരം അതെടുത്ത് എന്റെ രണ്ടു കയ്യിലും വച്ചു കുറേനേരം അതിലേക്കു തന്നെ നോക്കിയിരുന്നു.... അപ്പോൾ എന്റെ ഉള്ളിൽ ആത്മസംതൃപ്തിയുടെ ഒരായിരം വർണ്ണപുഷ്പങ്ങൾ പൂത്തുലയുകയായിരുന്നു.....

അപ്പോഴെനിക്കുണ്ടായ മനോവികാരം... സന്തോഷമോ.... സങ്കടമോ.... അതോ... അതിനപ്പുറം എന്തെങ്കിലും ഒന്നോ... അതെന്താണെന്നു പറയാൻ എനിക്കാവുന്നില്ലല്ലോ.

എനിക്കുവേണ്ടി ഒരു പിതൃഹൃദയം ഇവിടെ ഒരുക്കങ്ങൾ കൂട്ടുകയാണ്. ജന്മം തന്ന അച്ഛൻ ഇതു വല്ലതും അറിയുന്നുണ്ടായിരുന്നുവോ ആവോ?

വീട്ടിലും ചില ഒരുക്കങ്ങളൊക്കെ നടക്കുന്നുണ്ടായിരുന്നു. അതൊന്നും ഞാൻ അത്ര ശ്രദ്ധിച്ചിരുന്നില്ല.

ആ രാത്രി മുഴുവൻ ഞാൻ കണ്ണടച്ചു കിടന്ന് സ്വപ്നം കണ്ടത് ആ നെക്ലേസ് മാത്രമായിരുന്നു. അതിനു ഞാൻ സ്വർണ്ണത്തിന്റെ വിലയല്ല കല്പിച്ചത്.... മറിച്ച്.... ഒരു മഹാഗുരു മനസ്സറിഞ്ഞു തന്ന ഒരു അംഗീകാരമായിരുന്നു.

അതുവാങ്ങി കൊണ്ടുവന്നപ്പോഴത്തെ ആ മുഖത്തെ സന്തോഷം.... അത് കഴുത്തിലിട്ടു തന്നപ്പോഴത്തെ ആ ഭാവം.... ആഹ്ലാദം... എല്ലാം... എല്ലാം... ഞാൻ അറിയുകയായിരുന്നു.... അനുഭവിക്കുകയായിരുന്നു.

ഏതൊരു ശിഷ്യയ്ക്കാണ് ഇങ്ങനെയൊരു ഭാഗ്യം കിട്ടിയിട്ടുണ്ടാവുക...? എന്തിനായിരുന്നു ഇത്രയും കാരുണ്യം എന്റെ ഗുരു എനിക്കു വാരിക്കോരിത്തന്നത്.... ഒന്നെനിക്കറിയാം.. ഞാൻ എന്റെ ഗുരുവിനെ അത്രയ്ക്കും സ്നേഹിച്ചിരുന്നു. ഇന്നും ഒരു നിധിയായി ആ നെക്ലേസ് ഞാനെന്റെ ലോക്കറിൽ സൂക്ഷിക്കുന്നുണ്ട്. വിവാഹത്തിന്റെ അന്ന് ഞാനത് കഴുത്തിലിട്ടു നിന്നപ്പോൾ ആ പിതൃഹൃദയം എത്രമാത്രം ആർദ്രമായിരുന്നിരിക്കാം.... എത്രമാത്രം വാത്സല്യം എന്നിൽ ചൊരിഞ്ഞിട്ടുണ്ടാകാം.... ഇന്ന് ഇവിടിരുന്ന്... ഇങ്ങനെ... എല്ലാം ഓർത്തെടുക്കുമ്പോൾ. എന്റെ ഹൃദയം തരളിതമാവുകയാണ്... പറഞ്ഞറിയിക്കാൻ വയ്യാത്ത ഏതോ നിർവൃതിയിൽ ഞാൻ ആണ്ടു പോവുകയാണ്.

പതിനെട്ട്

എന്നത്തെയും പോലെ ഞാനുണർന്ന് ഗുരുവിന്റെ മുറിയിൽ ചെന്നു. ഗുരു എണീറ്റിട്ടുണ്ടായിരുന്നില്ല. ശബ്ദമുണ്ടാക്കാതെയാണ് കതകു തുറന്നതെങ്കിലും എന്റെ സാമീപ്യം ഗുരു അറിഞ്ഞിരിക്കുന്നു. വളരെ താഴ്ന്ന ശബ്ദത്തിൽ സന്തോഷത്തോടു കൂടി ഗുരു പറഞ്ഞു: “അയ്യോ മോളെ, ഇന്ന് നിന്റെ കല്യാണമല്ലേ. ഇന്ന് നമ്മുടെ ആപ്പീസിന് അവധിയാ... നീ പോയി കുളിച്ച് ചേലയൊക്കെ ചുറ്റി പൂവൊക്കെ ചൂടി ഒരുങ്ങ്.’’

അപ്പോൾ ഗുരുവിനോട് എന്തു പറയണമെന്ന് എനിക്കറിയില്ലായിരുന്നു. ഞാൻ വേഗം തറയിൽ മുട്ടുകുത്തിനിന്നുകൊണ്ട് ഗുരുവിന്റെ നെഞ്ചിൽ മുഖമമർത്തി. ഗുരു ഞാനിരുന്ന വശത്തേക്ക് ഒന്ന് ചരിഞ്ഞു. പിന്നെ ഇടതുകൈ കൊണ്ട് എന്നെ ചേർത്തുപിടിച്ച് പുറത്തു മെല്ലെ തലോടി.

ഉള്ളിന്റെയുള്ളിൽ ആരും കാണാതെ ഞാൻ കാത്തുവച്ച മേഘത്തുണ്ടുകളെല്ലാം കൂടി ഒന്നോടെ എന്നിൽ പെയ്തിറങ്ങി. ആ സങ്കടമഴയിൽ ഞാനാകെ കുതിർന്നുപോയി. അപ്പോൾ എന്റെ പുറത്തു തലോടിക്കൊണ്ട് ഗുരു പറഞ്ഞു: “നിന്റെയുള്ളിൽ ഇപ്പോൾ എന്താണ് നടക്കുന്നതെന്ന് എനിക്കു കാണാൻ കഴിയുന്നുണ്ട്. നീ നല്ല കുട്ടിയല്ലേ. പോകൂ. ചെന്നു കുളിച്ച് വേഗം റെഡിയാക്.’’

ആ ഹൃദയത്തിൽ നിന്ന് എന്നെ പറിച്ചുമാറ്റുന്നതുപോലെയാണ് എനിക്കപ്പോൾ തോന്നിയത്. ഉള്ളിലെ വിങ്ങൽ ഒരു തുള്ളിപോലും പുറത്തേക്ക് തൂവിപ്പോകാതിരിക്കാൻ ഞാൻ കണ്ണുകൾ പൂട്ടിയടച്ചു.

പിന്നെ എണീറ്റ് വെറുതെ ചോദിച്ചു: “ചായ ഉണ്ടാക്കട്ടെ ഗുരൂ.’’

ഗുരു പറഞ്ഞു: “ഇപ്പൊ വേണ്ട. ഞാൻ കുറച്ചു കഴിഞ്ഞേ എഴുന്നേൽക്കുന്നുള്ളൂ. നീ പോയി റെഡിയാകൂ.’’

ഒരു യന്ത്രത്തെപ്പോലെ ഞാൻ ആ മുറിയിൽനിന്ന് പുറത്തുകടന്നു.

പ്രിയ തമിഴ് കവി കുപ്പുസ്വാമിയുടെ ഭാര്യ എന്നെ കൂട്ടിക്കൊണ്ടുപോയി സാരിയൊക്കെ ഉടുപ്പിച്ചുതന്നു.

ആദ്യം ഹോമമായിരുന്നു. നിലവിളക്കിൽ നിന്ന് അഗ്നി പകർന്ന് പ്രമോദിന്റെ കൈയിൽ കൊടുത്തു. പ്രമോദ് അത് അനന്തേട്ടന്റെ കൈയിലും. അനന്തേട്ടനും ത്യാഗിസ്വാമിയുമാണ് ഹോമത്തിനു നേതൃത്വം കൊടുത്തത്. സ്വന്തം പെൺമക്കളുടെ കൂട്ടത്തിലായിരുന്നു അനന്തേട്ടൻ എന്നെയും കൂട്ടിയിരുന്നത്.

മണിക്കൂറുകൾ നീണ്ട ഹോമത്തിനുശേഷം ഗുരുതന്നെയാണ് കൈ പിടിച്ചുനൽകിയത്. അച്ഛൻ ഉണ്ടായിരുന്നിട്ടും ഗുരുതന്നെ എന്തിനിതു ചെയ്തു എന്ന് ചോദ്യങ്ങൾ ഏറെ ഉണ്ടായിരുന്നു. (എല്ലാ ചോദ്യങ്ങൾക്കും മറുപടി നൽകാൻ ആർക്കും ആവില്ലല്ലോ?) ഗുരുവിനോടൊപ്പം തന്നെയായിരുന്നു ഭക്ഷണവും. ഊണിനിടയിൽ ഒരുരുള ചോറുരുട്ടി എനിക്ക് തരാൻ ഗുരു മറന്നില്ല.

എല്ലാവരും മടങ്ങിപ്പോകാനുള്ള തയ്യാറെടുപ്പിലാണ്. ആ രാത്രി അവിടെ കഴിയാൻ ഗുരു എന്നെ അനുവദിച്ചില്ല. നേരം പുലർന്നാൽ ഞാൻ പിന്നെ അവിടുന്ന് പോകില്ലെന്നായിരുന്നു ഗുരുവിന്റെ ന്യായീകരണം.

ഗുരുവിനോട് യാത്ര പറയാൻ എനിക്കാവുമായിരുന്നില്ല. ഞാൻ ഗുരുവിനെ കെട്ടിപ്പിടിച്ചു തേങ്ങാൻ തുടങ്ങി. ഗുരുവിന്റെ ഹൃദയമിടിപ്പ് ഒരു സാന്ത്വനം പോലെ എന്റെ കർണങ്ങളിൽ വന്നു പതിച്ചു. ആ നിമിഷം അങ്ങനെ നിന്നങ്ങ് മരിച്ചെങ്കിലോ എന്നുപോലും ഞാൻ ചിന്തിച്ചുപോയി.

ഗുരു ബലമായി എന്റെ കരങ്ങൾ ഗുരുവിന്റെ ദേഹത്തുനിന്ന് എടുത്തു മാറ്റി വണ്ടിയുടെ അടുത്തേക്ക് തള്ളിവിട്ടു. കണ്ണുതുടച്ചുകൊണ്ട് ഞാൻ ചുറ്റും നോക്കി. അച്ഛൻ, അമ്മ, സഹോദരങ്ങൾ, സുഹൃത്തുക്കൾ, ഗുരുകുലവാസികൾ... എല്ലാവരും എന്നെ യാത്രയാക്കുകയാണ്. ഷൗക്കത്തേട്ടനെ മാത്രം അവിടെങ്ങും കണ്ടില്ല. ഞാൻ അന്വേഷിച്ചതുമില്ല.

ഒരിക്കൽകൂടി ഗുരു എന്റെ നെറുകയിൽ ഉമ്മ വച്ചു. പിന്നെ രണ്ടു വിരൽ കൊണ്ട് എന്റെ രണ്ടു കണ്ണും അടച്ചു. എന്നിട്ട് പറഞ്ഞു: "ഇപ്പോൾ നിന്റെ കണ്ണിനകത്ത് ഞാനുണ്ട്. ഇനി പ്രമോദിന്റെ വീട്ടിൽ ചെന്നിട്ടു കണ്ണു തുറന്നാൽ മതി."

വണ്ടിയെടുക്കാൻ ആരോ വിളിച്ചുപറഞ്ഞു. വണ്ടി ഗുരുകുലത്തിന്റെ പടി കടന്നതും ഞാൻ തിരിഞ്ഞുനോക്കി. അപ്പോഴും ഉയർത്തിപ്പിടിച്ച കൈയോടെ എന്റെ ഗുരു അവിടെത്തന്നെ നിൽക്കുന്നുണ്ടായിരുന്നു.

ഇന്ന് ഈ പതിനെട്ടു വർഷങ്ങൾക്കിപ്പുറം എല്ലാം ഇന്നലെ എന്നപോലെ എന്റെ കണ്ണിൽ....

ഗുരുകുല കവാടത്തിൽ എന്റെ ഗുരു കൈ ഉയർത്തിപ്പിടിച്ചു നിൽക്കുകയാണ്, ഇപ്പോഴും.

ആകെ എനിക്കുള്ള ഒരാശ്വാസം, ഗുരുവിനെപ്പോലെതന്നെ, എന്റെ എല്ലാ കുറുമ്പുകളും ക്ഷമിക്കുകയും പൊറുക്കുകയും ചെയ്യുന്ന ഒരാളെത്തന്നെയാണ് ഗുരു എനിക്കു തന്നത് എന്നതാണ്. നന്ദി ഗുരോ.

പത്തൊമ്പത്

കുഞ്ഞുകുഞ്ഞു വാശികളും കുറുമ്പുകളുമൊക്കെ നിറഞ്ഞ ജീവിതം വളരെ പെട്ടെന്നാണ് മാറിമറിഞ്ഞത്.

സ്വതന്ത്രമായ് മാത്രം ജീവിച്ച എനിക്ക് വിവാഹം തികച്ചും പാരതന്ത്ര്യമായിരുന്നു. പൊരുത്തക്കേടുകളുമായി പൊരുത്തപ്പെടാൻ ഞാൻ പാടുപെടുകയായിരുന്നു.

മുന്നോട്ടുള്ള പോക്ക് എങ്ങനെ എന്ന ഭയം ഉള്ളിലെവിടെയോ വേരൂന്നാൻ തുടങ്ങിയപ്പോൾ ഞാൻ ഗുരുവിനെഴുതി. "ഗുരൂ, ഗുരുവിന്റെ തീരുമാനങ്ങൾ തെറ്റിയോ?"

ഒരാഴ്ച കഴിഞ്ഞില്ല. ഫേൺഹില്ലിൽ നിന്ന് ഒരു ഫോൺകോൾ. അച്ഛനാണ് അറ്റൻഡ് ചെയ്തത്. ഗുരുവിന് നല്ല സുഖമില്ല. എന്നെയും പ്രമോദിനെയും കാണണമെന്ന് ഗുരു ആവശ്യപ്പെട്ടിരിക്കുന്നു.

ഞങ്ങൾ ഉടൻ പുറപ്പെട്ടു. യാത്രയിലുടനീളം ഒരു തീരുമാനത്തിലും എത്തിച്ചേരാനാകാത്തവിധം മനസ്സ് പുകയുകയായിരുന്നു.

ഞങ്ങൾ ഗുരുകുലത്തിൽ എത്തിച്ചേരുമ്പോൾ ഗുരു കിടക്കുകയായിരുന്നു. ഞങ്ങളെ കണ്ടതും "ആഹാ മക്കൾ ഇങ്ങെത്തിയോ!" എന്ന് സന്തോഷത്തോടെ പറഞ്ഞു.

ഞാൻ ഓടിച്ചെന്ന് ഗുരുവിനെ കെട്ടിപ്പിടിച്ചു. അടക്കിപ്പിടിച്ച സങ്കടങ്ങളെല്ലാം കണ്ണുകളിലൂടെ പ്രവഹിക്കാൻ തുടങ്ങി. ഗുരു എന്റെ പുറത്ത് തലോടിക്കൊണ്ട് ചോദിച്ചു. "യാത്രയൊക്കെ സുഖായിരുന്നോ മോളെ?"

അപ്പോഴാണ് ഷൗ അങ്ങോട്ട് കടന്നുവന്നത്. ഷൗവിനെ കണ്ടതും ഗുരു പറഞ്ഞു: "മോളെ, നിന്റെ വേക്കൻസിയിൽ ഞാൻ ഈ ഇക്കയെ പോസ്റ്റ് ചെയ്തൂട്ടോ. ഇപ്പൊ ഇയാളാണ് എന്റെ ഫുൾടൈം എഴുത്തുകാരൻ.''

ഗുരു പറയുന്നതൊന്നും ഞാൻ കേൾക്കുന്നുണ്ടായിരുന്നില്ല. അത്രയ്ക്കും സങ്കീർണമായിരുന്നു എന്റെ മനസ്സ്.

ഇനി ഇവിടം വിട്ട് ഞാനെങ്ങും പോകുന്നില്ല എന്ന് പറയണമെന്നുണ്ടായിരുന്നു. എന്നാൽ ഒന്ന് ശബ്ദിക്കാൻ പോലും ഗുരു അവസരം തന്നില്ല. ഗുരു എന്തൊക്കെയോ തമാശകൾ പറഞ്ഞു ചിരിച്ചുകൊണ്ടിരുന്നു.

ഒടുക്കം ഇറങ്ങാൻ പോകുംനേരം ആരെയോ കൊണ്ട് അടുക്കളയിൽ നിന്ന് രണ്ട് ആപ്പിൾ എടുപ്പിച്ചിട്ട് അത് രണ്ടു കൈയിലും പിടിച്ചു കുറച്ചു നേരം മൗനമായിരുന്നു.

പിന്നെ അത് എനിക്കും പ്രമോദിനും തന്നിട്ട് പറഞ്ഞു. ഈ ആപ്പിളുകൾ പങ്കുവയ്ക്കുകയോ മറ്റാർക്കും നൽകുകയോ ചെയ്യരുത്. ഇത് മുഴുവനും കഴിച്ചിട്ട് സുഖമായി കിടന്നുറങ്ങൂ.

ഗുരു പറഞ്ഞപോലെതന്നെ ഞങ്ങൾ അത് കഴിച്ച് കിടന്നുറങ്ങി.

രണ്ടുമൂന്നു ദിവസം അവിടെ തങ്ങിയെങ്കിലും കുടുംബജീവിതത്തെക്കുറിച്ച് ഗുരു ഒന്നും ചോദിച്ചില്ല. എനിക്കു പറയാനും കഴിഞ്ഞില്ല.

ഷൗക്കത്തേട്ടനെ കുറിച്ചു മാത്രം ചിലതു പറഞ്ഞു.

പരാതികളുടെയും പരിഭവങ്ങളുടെയും അവശേഷിപ്പുകളുമായി എനിക്കു മടങ്ങേണ്ടിവന്നു.

യാത്ര പറയാൻ നേരം ഗുരു എന്റെ നെറുകയിൽ കൈവച്ച് "ഒക്കെ ശരിയായ് വരും, ഒക്കെ ശരിയായ് വരും'' എന്നുമാത്രം പറഞ്ഞുകൊണ്ടിരുന്നു.

പിന്നെ പ്രമോദിനെ ചേർത്തുപിടിച്ച് ഒരുപാടുനേരം മൗനമായിരുന്നു.

ഒന്നും നേടിയില്ലെങ്കിലും എന്തൊക്കെയോ നേടിയെന്ന തോന്നലിൽ വീണ്ടും പ്രമോദിന്റെ വീട്ടിൽ തിരിച്ചെത്തി.

ആശങ്കകൾ മഥിക്കുന്ന മനസ്സുമായി ജീവിതം എങ്ങനെ മുൻപോട്ടു കൊണ്ടുപോകാം എന്ന ചിന്തയിൽ ദിവസങ്ങൾ തള്ളിനീക്കവെയാണ് ഞാൻ ആ സത്യം മനസ്സിലാക്കുന്നത്.

ഞാൻ ഒരമ്മയാകാൻ പോകുന്നുവെന്ന്.

ഞാൻ വല്ലാതെ തോറ്റുപോയോ എന്ന ചിന്തയിൽ അപ്പോൾതന്നെ ഗുരുവിനെ വിളിച്ചു.

ഗുരു അത്യധികം സന്തോഷത്തോടെ പറഞ്ഞു:

"നല്ലത് മോളെ... നല്ലത്. മഹാനായ ഒരു മകൻ നിനക്കു പിറക്കട്ടെ. നമുക്കവനെ കണ്വൻ എന്നു വിളിക്കണം. അമ്മയാവാൻ നീ തയ്യാറായിക്കൊള്ളൂ. മുത്തശ്ശനാവാൻ ഞാനും തയ്യാറാവട്ടെ.''

ഞാൻ ഫോൺ താഴെ വച്ചു. മറുത്തൊന്നും പറയാനാവാതെ വെറും തറയിൽ അങ്ങനെ മരവിച്ചിരുന്നു.

ഇരുപത്

ജീവിതം എന്നു പറയുന്നത് വല്ലാത്തൊരു കുത്തൊഴുക്കാണ്. ആ ഒഴുക്കിൽ ദിശയറിയാതെ നാം എങ്ങോട്ടൊക്കെയാണ് ഒഴുകിപ്പോവുക? ഏതെല്ലാം ജീവിതപാറകളിലൊക്കെയാണ് നാം ചെന്ന് തട്ടിത്തെറിക്കുക. ചിന്നിച്ചിതറുക, ഏതെല്ലാം ജീവിതങ്ങളെയാണ് നാം ഒഴുക്കിക്കൊണ്ടുപോവുക, ഏതൊക്കെയാണ് നമ്മിലേക്ക് ഒഴുകിയെത്തുക, നമ്മുടെ കൂടെയൊഴുകുക?

ഈ ഒഴുക്കുകൾക്കെല്ലാമിടയിൽ ഏതെങ്കിലുമൊരു ജീവന്റെ പാറയിടുക്കിൽ ഒരല്പനേരമെങ്കിലും നമുക്ക് തങ്ങിനിൽക്കാതിരിക്കാനാവില്ല. അങ്ങനെയൊരു തങ്ങൽ എന്നിലുമുണ്ടായോ? എത്ര പെട്ടെന്നാണ് ജീവിതം മാറിമറിഞ്ഞത്? ഞാനാകെ മാറിപ്പോയി. വല്ലാതെ ബന്ധിക്കപ്പെട്ടതുപോലെ. ജീവിതം ഏതോ ഒരു ചങ്ങലയ്ക്കുള്ളിൽ അകപ്പെട്ടപോലെ. വല്ലാതെ തളർന്നുപോയ ദിനങ്ങളായിരുന്നു. ഗുരുവിന്റെ കത്തുകളും ഫോണും വന്നുകൊണ്ടേയിരുന്നു. ബൃഹദാരണ്യകം വായിക്കണമെന്നും മനസ്സ് എപ്പോഴും തെളിമയുള്ളതാക്കിവയ്ക്കണമെന്നുമൊക്കെ ഗുരു പറഞ്ഞുകൊണ്ടിരുന്നു.

ഈ സമയത്ത് എന്നെ സാന്ത്വനിപ്പിച്ചിരുന്ന മറ്റൊരാൾ കൂടി ഉണ്ടായിരുന്നു. ഗുരുപോലും 'അച്ഛൻ' എന്നു വിളിച്ചിരുന്ന പ്രിയ 'സുരേഷച്ഛൻ'. 'അച്ഛൻ' എനിക്ക് നിരന്തരം കത്തുകൾ അയച്ചുകൊണ്ടിരുന്നു.

പ്രമോദിലും ചില മാറ്റങ്ങൾ പ്രത്യക്ഷമായിരുന്നു. പ്രമോദിന് എന്നും എന്നോട് കടുത്ത സ്നേഹമായിരുന്നു. എന്നാലും ഞാനെപ്പോഴും ഓരോ കുഞ്ഞുകാരണങ്ങൾ പറഞ്ഞ് പിണങ്ങിക്കൊണ്ടിരുന്നു. പ്രമോദ് ഒരിക്കലും അതൊന്നും കാര്യമായി എടുത്തിരുന്നില്ല.

ഒരിക്കൽ പ്രമോദ് പറയാതെ പറഞ്ഞ വാക്കുകളിൽനിന്ന് എന്തൊക്കെയോ തപ്പിയെടുത്ത് ഷൗക്കത്തേട്ടൻ എനിക്കെഴുതി. "പ്രിയപ്പെട്ട സുഗതയ്ക്കും പ്രമോദിനും... ഒത്തിരി നാളായി നിനക്കും പ്രമോദിനും എഴുതിയിട്ട് എന്നറിയാം. എന്തുകൊണ്ടോ എഴുതിയില്ല. ഏതാനും ദിവസങ്ങൾ കഴിഞ്ഞാൽ നീ ഒരമ്മയാകുമെന്നും പ്രമോദ് അച്ഛനാകുമെന്നും ഓർക്കുമ്പോൾ ഉള്ളിൽ ഒരദ്ഭുതം, ആഹ്ലാദം. ജീവിതം ഇങ്ങനെയൊക്കെയാണ്. നാം വിചാരിക്കുന്നതിന്റെ നേരെ വിരുദ്ധമായ ദിശയിലൂടെയാവും

അതൊഴുകുക. നദിയിൽ പൊങ്ങിക്കിടക്കുന്ന പൊങ്ങുതടിപോലെ ഏത് പരിതഃസ്ഥിതിയോടും ഇണങ്ങിപ്പോകാനുള്ള വിശാലത നമുക്കു ലഭിക്കുമെങ്കിൽ ജീവിതം എത്ര സുന്ദരം. ഉപദേശിക്കയാണ് എന്ന് തെറ്റിദ്ധരിക്കരുത്. നിന്റെ വിശുദ്ധി എനിക്കു മനസ്സിലാക്കാനാവും, പ്രമോദിനും. പുതിയ സൃഷ്ടിയുടെ പ്രസവത്തിനായി നീ ഒരുങ്ങുമ്പോൾ ഹൃദയത്തിൽ സ്നേഹത്തിന്റെയും വാത്സല്യത്തിന്റെയും മഹിമ മാത്രം നിറഞ്ഞുനിൽക്കട്ടെ എന്നു പ്രാർത്ഥിക്കാനാണ് ഇതെഴുതിയത്.

സുഗതയുടെയും പ്രമോദിന്റെയും ജീവിതം എത്രയൊക്കെ പ്രയാസങ്ങൾ ഉണ്ടായാലും സ്നേഹസമ്പൂർണമായിരിക്കുമെന്നറിയാം. ഗാർഹസ്ഥ്യത്തിൽ പ്രയാസങ്ങൾ സഹജമാണെന്നു മനസ്സിലാക്കിയാൽ ഇത്തിരി കൂടി ലാഘവത്വം ഹൃദയത്തിനു ലഭിക്കാതിരിക്കില്ല.

ഇടയ്ക്കിടയ്ക്ക് ഉള്ളിലുള്ള കുഞ്ഞിനോടു സംസാരിക്കണം. താരാട്ടു പാടിയും നല്ല വാക്കു പറഞ്ഞും കുഞ്ഞിനെ സന്തോഷിപ്പിക്കണം. ഇപ്പോഴുള്ള ചിന്തയുടെ വിശുദ്ധിയാണ് നാളെ പിറക്കാൻ പോകുന്ന കുഞ്ഞിന്റെ വ്യക്തിത്വം.

പ്രമോദ് ഗ്രാമത്തിന്റെ ചൂടേറ്റു വളർന്നവനാണ്. അവന്റെ ഹൃദയം സഹൃദയനായ കവിയുടേതാണ്. പട്ടണത്തിന്റെ ബഹളങ്ങളിലേക്ക് കടന്നുവരാൻ അവനെ നിർബന്ധിച്ചാൽ നമുക്കു നഷ്ടമാകുക ആ പഴയ പ്രമോദിനെയായിരിക്കും, സഹൃദയനായ കലാകാരനെയായിരിക്കും.

നിനക്കു നന്മ വരട്ടെ എന്നേ എപ്പോഴും പ്രാർത്ഥനയുള്ളൂ. നീയും പ്രമോദും എന്റെ ഉള്ളിൽ ആരൊക്കെയാണെന്നു പറഞ്ഞാൽ നിനക്ക് ഉൾക്കൊള്ളാനാവില്ല സുഗതാ...

ഒത്തിരി സ്നേഹം.

ഷൗക്കത്ത്''.

ആ കത്ത് എനിക്ക് ഒട്ടും സാന്ത്വനം നൽകിയില്ല എന്നുമാത്രമല്ല അതെന്നെ വല്ലാതെ പ്രകോപ്പിക്കുകയും ചെയ്തു.

പിന്നെ ഞാൻ ഷൗക്കത്തേട്ടനെ വിളിക്കുകയോ കത്തെഴുതുകയോ ഒന്നും ഉണ്ടായില്ല.

ഇരുപത്തിയൊന്ന്

കുഞ്ഞിന്റെ അനക്കങ്ങൾ ഉള്ളിന്റെ ഉള്ള് തൊട്ടറിയാൻ തുടങ്ങിയ നാളുകളൊന്നിൽ രസമുള്ള ഒരനുഭവം ഉണ്ടായി.

ആ ദിവസത്തിന്റെ പ്രത്യേകത എന്താണെന്ന് എനിക്കിപ്പോൾ ഓർത്തെടുക്കാൻ പറ്റുന്നില്ല. ഗുരുവിന്റെ പിറന്നാൾ തന്നെയാണെന്നാണ് എന്റെ ഊഹം. സ്ഥലം ഗുരുവിന്റെ ജന്മദേശമായ വകയാർ. രാവിലെ പ്രാർത്ഥനയ്ക്കും ഹോമത്തിനും ശേഷം ഗുരു സംസാരിച്ചു.

ഉച്ചയ്ക്ക് ആദ്യപന്തിയിൽതന്നെ ഇരുന്ന് ഗുരു ഉണ്ണുകയാണ്.

കുഞ്ഞ് ഉള്ളിൽ ഉണ്ടെന്ന തോന്നലാവാം ഞാൻ തിരക്കിൽനിന്നും അല്പം മാറിനിൽക്കുകയാണ്. പെട്ടെന്ന് ഗുരു ഒരുള ചോറുരുട്ടി എന്റെ വായിൽ വെച്ചുതന്നു. അതു കണ്ടതും ഓരോരുത്തരായി ഓടിവന്ന് കൈനീട്ടി നിൽക്കാൻ തുടങ്ങി. ഗുരു ഓരോ പിടി ചോറ് എല്ലാവരുടെയും കൈയിൽ വെച്ചു കൊടുത്തു.

ഗുരുവിന്റെ ഇല കാലിയായി. ഗിരിയണ്ണൻ ഓടിവന്ന് എല്ലാവരേയും മാറ്റിയെങ്കിലും ഗുരു ഊണു നിർത്തി എഴുന്നേറ്റു.

എനിക്കാകെ വിഷമമായി. ഞാൻ ഗുരുവിനു പിന്നാലെ മുറിയിലേക്കു ചെന്നു. അപ്പോൾ ഗുരു എന്നെ അടുത്തു പിടിച്ചിരുത്തി പറയുകയാ... “എന്തു ചെയ്യാനാ മോളെ, നിന്റെ വയറ്റിൽ കിടക്കുന്ന ഉണ്ണിക്ക് ഇത്തിരി ചോറു വാരി കൊടുക്കാന്ന് വിചാരിച്ചപ്പോ ഇവിടുള്ളവർ സമ്മതിക്കുന്നില്ല. ആ... സാരമില്ല അവനിങ്ങു പുറത്തുവന്നോട്ടെ, ഞാൻ തന്നെ അവനു ചോറു കൊടുത്തോളാം.”

നാണംകൊണ്ട് ഞാനാകെ ചുരുങ്ങിപ്പോയി. അതിരറ്റ സ്നേഹത്തോടെ ഞാനാ കൈയിൽ മെല്ലെ ഉമ്മവെച്ചു.

മനസ്സു നിറയെ സന്തോഷവും സങ്കടവും ആശങ്കയും ഒക്കെയായാണ് ഞാൻ തിരികെ വീടെത്തിയത്.

വീട്ടിലെത്തിയിട്ടും എന്റെ മനസ്സ് ഗുരുവിന്റടുത്തുതന്നെയായിരുന്നു. ഗുരുവിന്റെ കൂടെ കഴിഞ്ഞ ഓരോ നിമിഷങ്ങളും എന്റെ ഉള്ളിലേക്കു തെളിഞ്ഞു വരികയായിരുന്നു. ആ ഓർമ്മകളിൽതന്നെയായിരുന്നു പിന്നീടുള്ള ദിവസങ്ങളെല്ലാം ഞാൻ തള്ളിനീക്കിയത്.

പിന്നെ ഞാൻ എന്റെ വീട്ടിലേക്കുപോയി. അവിടുത്തെ അന്തരീക്ഷം എനിക്കു സന്തോഷം തരുന്നതായിരുന്നു. എന്തൊക്കെയോ ചിന്തകൾ എന്നെ അലട്ടിക്കൊണ്ടിരുന്നു. ഗുരു എനിക്ക് കത്തുകൾ അയയ്ക്കുകയും ഫോൺ ചെയ്യുകയുമൊക്കെ ചെയ്തുകൊണ്ടിരുന്നു. ഞാൻ ബൃഹദാരണ്യകത്തിലൂടെയും യതിചരിതത്തിലൂടെയുമൊക്കെ കടന്നുപോയെങ്കിലും ഒന്നിലും മനസ്സുറച്ചു നിന്നില്ല.

ഇതിനിടയിൽ അദ്ഭുതാവഹമായ പല സംഭവങ്ങളും ഉണ്ടായി.

ഡെലിവറിയോടടുത്ത ദിവസത്തെ ഒരു സ്കാനിംഗ് കഴിഞ്ഞപ്പോൾ ഞാൻ വെറുതെ ഡോക്ടറോടു ചോദിച്ചു. "കുട്ടി എന്താണെന്ന് ഒന്നു പറയാമോ...?" അല്പം നീരസത്തോടെയാണെങ്കിലും ഡോക്ടർ പറഞ്ഞു... "ഇതൊന്നും പറയാൻ പാടില്ലാത്തതാണ്. എന്നാലും... ഉം... കുട്ടിയുടെ കിടപ്പ് ശരിയല്ല. പെൺകുഞ്ഞാണ് എന്നു തോന്നുന്നു."

എന്റെ അമ്മയുടെ മുഖം വല്ലാതായി. മറ്റൊന്നുമല്ല, ആൺകുട്ടിയാണെന്ന് ഗുരു പറഞ്ഞതല്ലേ... ഞാനും വിട്ടുകൊടുത്തില്ല. ഞാൻ പറഞ്ഞു... "ഡോക്ടർക്കു തെറ്റിയതാ... എന്റെ ഗുരൂന് ഒരിക്കലും തെറ്റില്ല." എന്നാൽ ഏട്ടൻ പറഞ്ഞു... "നമുക്കു നോക്കാം ശാസ്ത്രമാണോ ഗുരുവാണോ സത്യമെന്ന്..." എന്നാൽ ശാസ്ത്രത്തെ തോല്പിച്ചുകൊണ്ട് ഗുരു തന്നെ സത്യമായി.

പിന്നെയും എന്നെ അതിശയപ്പെടുത്തികൊണ്ട് മാർച്ച് 11ന് (എന്റെ മകൻ ജനിച്ച അന്നുതന്നെ ഗുരുവിന്റെ ഒരു ചെക്ക് വന്നു. അതിൽ ഗുരു ഇങ്ങനെ എഴുതിയിരുന്നു. "പുത്രകണ്വന്റെ ആശുപത്രി ചെലവുകളും ഈ താതകണ്വനിൽനിന്ന് ആവണമെന്നുള്ളതിനാൽ അല്പം പണം അയക്കുന്നു. മഹർഷികണ്വന് എന്റെ പ്രണാമം."

അതുപോലെതന്നെ ആശുപത്രിയിൽ പോകാനുള്ള തിയതി അടുത്തുവന്ന ഒരുനാൾ ഞാൻ ഗുരുവിനോടു പറഞ്ഞു: "ഗുരു...28 ആണ് ഡോക്ടർ പറഞ്ഞ തീയതി. എനിക്കു വല്ലാത്ത ടെൻഷനുണ്ട്. സിസേറിയനോ മറ്റോ ആവോ...?"

ഗുരു പറഞ്ഞു... "അത്രയൊന്നും പോവണ്ട മോളെ. കൂടിവന്നാൽ ഒരു 11-ാം തിയതി. അതിനപ്പുറം പോവണ്ടാ. ലേബർറൂമിലെ കട്ടിലിന്റെ ഇരുമ്പുബാറിൽ നീ മുറുകെ പിടിക്കുമ്പോൾ അത് എന്റെ കൈകളാണെന്നു മാത്രം ഉറച്ചു വിശ്വസിക്കുക. നിന്നെ ഒട്ടും വേദനിപ്പിക്കാതെ അവനിങ്ങു വന്നോളും."

അതെ 11-നു ഞാനൊരു ചെക്കപ്പിനു പോയതാണ്. ഡോക്ടർ പറഞ്ഞു, "യ്യോ സമയമായല്ലോ, അഡ്മിറ്റായിക്കൊള്ളൂ."

എനിക്കു വേദന വന്നില്ല. വേദന വരാൻ ഇഞ്ചക്ഷൻ തന്നു. ഇല്ല, ഒരു വേദനയും വന്നില്ല. പിന്നെപ്പോഴോ ഞാൻ കട്ടിലിൽ മുറുകെ പിടിച്ചു. അതെന്റെ ഗുരുവിന്റെ കൈയായിരുന്നു. പിന്നെ ഞാൻ കണ്ണുകൾ മെല്ലെ അടച്ചു. ഗുരു എന്റെ മുന്നിൽനിന്നു ചിരിക്കുകയാണ്. ഡോക്ടർ എന്റെ

നെറ്റിയിൽ തടവുന്നുണ്ടായിരുന്നു. പക്ഷേ, അതെന്റെ ഗുരുവിന്റെ തലോടലായാണ് എനിക്കു ഫീൽ ചെയ്തത്.

എനിക്കൊന്നു ടോയ്‌ലറ്റിൽ പോകണമെന്നു തോന്നി. അവർ ഒരു പാത്രം വച്ചുതന്നു. പക്ഷേ, അപ്പോഴേക്കും എന്റെ മോന്റെ കരച്ചിൽ കേട്ട് ഞാനുണർന്നു. എന്നെ അല്പം പോലും വേദനിപ്പിക്കാതെ അവൻ പുറത്തു വന്നിരിക്കുന്നു.

എന്റെ ഗുരുവിന്റെ വാക്ക് സത്യമായി ഭവിച്ചിരിക്കുന്നു. എന്നും അദ്ഭുതപ്പെടുത്തിയും അതിശയപ്പെടുത്തിയും എന്റെ ഗുരു എന്നെ ജീവിപ്പിക്കുകയായിരുന്നു. ജീവിതത്തിന്റെ തളർന്നുപോയ നടപ്പാതയിലെല്ലാം വഴികാട്ടിയാവുകയായിരുന്നു. എപ്പോഴൊക്കെ ജീവിതം ഉപേക്ഷിച്ചു കളയണമെന്നു തോന്നിയിട്ടുണ്ടോ അപ്പോഴെല്ലാം സാന്ത്വനംകൊണ്ട് ആ ചിന്ത മൂടോടെ പിഴുതുകളഞ്ഞിട്ടുണ്ട്.

ഗുരുവിന്റെ ഉള്ളിൽ ഓരോ മനുഷ്യരും തന്റെ സ്വന്തം കൂടപ്പിറപ്പുകളായിരുന്നു... മക്കളായിരുന്നു. തന്റെ കൺമുന്നിലുള്ള ഓരോ ജീവിയുടെയും ദുഃഖം തന്റെ സ്വന്തം ദുഃഖമായിരുന്നു.

പിന്നെ ഞാൻ ഹോസ്പിറ്റലിൽനിന്നും വീടെത്തിയപ്പോൾ, ഗുരുവിന്റെ ഹൃദ്യമായ കത്തുകൾ എന്നെ കാത്തിരിക്കുന്നുണ്ടായിരുന്നു. ഒന്നിൽ ഗുരു ഇങ്ങനെ എഴുതിയിരിക്കുന്നു.

പ്രിയ...

മറ്റൊന്ന്...

അങ്ങനെ എന്റെ ഹൃദയത്തെ ഗുരുവിന്റെ ഹൃദയത്തോടു കൂട്ടികെട്ടി എവിടെയോ തകർന്നുപോയേക്കാമായിരുന്ന ഈ പൊട്ടവണ്ടി ഗുരു വലിച്ചു കയറ്റുകയായിരുന്നു.

Guru Nitya Chaitanya Yati
DIRECTOR & MANAGING TRUSTEE

GURU'S SECRETARIATE
FERNHILL 643 004
NILGIRIS
TAMIL NADU
INDIA
PHONE & FAX 0423 - 43088

Narayana Gurukula Foundation

HQ: SREENIVASAPURAM P O
VARKALA 695145
KERALA INDIA

10. 3. 1996

പ്രിയ മകൾ സുഗതയും പ്രമോദും അറിയുവാൻ,

നിങ്ങളുടെ സർവസൗഭാഗ്യവും ഓമനപുത്രനായി ജനിച്ചിരിക്കുന്ന
ഇന്നറിയുന്നതിൽ ഈ പെരുന്തച്ചന് എത്ര സന്തോഷം
എന്ന് പറയേണ്ടല്ലോ. മകനെ 'കണ്ണൻ' എന്നു വിളിക്കൂ.

അടുത്തകാലത്ത് മദിരാശിയിൽ അത്രി പിറന്നതേയുള്ളൂ.
വസിഷ്ഠനും അത്രിയും വിശ്വാമിത്രനും ഗൗതമനും ജമദഗ്നിയും
ഭരദ്വാജനും ഒക്കെയാണ് കണ്ണന്റെ കൂട്ടുകാർ. ഋഗ്വേദത്തിലെ
എട്ടാം മണ്ഡലത്തിലെ സൂക്തങ്ങളെല്ലാം കണ്ണന്റേതാണ്.

അങ്ങനെ കണ്ണനിപ്പോൾ പ്രമോദിന്റെയും സുഗതയുടെയും
കണ്ണനായി അവതരിച്ചിരിക്കുന്നു. സകല സൗഭാഗ്യങ്ങളും
നേർന്നുകൊണ്ട്,

പ്രിയപ്പെട്ട ഗുരു.
നിത്യ

Guru Nitya Chaitanya Yati
DIRECTOR & MANAGING TRUSTEE

GURU'S SECRETARIATE:
FERNHILL: 643 004
NILGIRIS
TAMIL NADU
INDIA
PHONE & FAX. 0423 - 43088

Narayana Gurukula Foundation

HQ: SREENIVASAPURAM P.O
VARKALA 695145
KERALA. INDIA

പ്രിയ മകൾ സുഗതയ്ക്ക്,

മകളെ നീ എന്തു പുണ്യം ചെയ്തിട്ടാണ് അച്ഛന്റെ അമ്മയായത്. കുഞ്ഞിനും അമ്മയ്ക്കും നിറയെ അനുഗ്രഹം. കാലത്ത് ഞാൻ പ്രമോദിനെ വിളിച്ച് അനുഗ്രഹം കൊടുത്ത് കലാസ്വാദനം തുടങ്ങാൻ ഉപദേശിച്ചു. 4 മണിക്ക് തുടങ്ങുമെന്ന് പ്രമോദ് പറഞ്ഞു. എല്ലാം ദൈവേച്ഛ തന്നെ!

ഇന്നലെ അമേരിക്കയിൽ അനു ഒരു പെൺകുട്ടിയെ പ്രസവിച്ചു. 'ആശ ഗായത്രി സഞ്ജയ്' എന്ന് പേരിട്ടു. സപ്ന മംഗ്ലൂർ 19-10 തീയതി ഒരു ആൺകുട്ടിയെ പ്രസവിച്ചു. ഇവിടുത്തെ റാണി മൂന്ന് തങ്കമണികളെ 19-10 തീയതി പ്രസവിച്ചു. അങ്ങനെ ഗുരുകുലങ്ങളുടെ പ്രസവ പടലയോടെ നടന്നു.

ദൈവം അനുഗ്രഹിക്കട്ടെ.

ഞങ്ങൾ വിവേകചൂഡാമണി എഴുതാൻ പോകുന്നു. ജ്യോതി നിനക്ക് സ്നേഹവും കുഞ്ഞുമോന് ഉമ്മയും അയക്കുന്നു എന്ന് പറയുന്നു. [illegible]

സ്നേഹത്തോടെ,
നിത്യ ഗുരു.

ഇരുപത്തിരണ്ട്

പിന്നങ്ങോട്ടുള്ള ദിവസങ്ങളിൽ ഗുരുവിന്റെ ശാരീരികാരോഗ്യം കുറഞ്ഞു വരികയായിരുന്നു. ഒരിക്കൽ ഗുരു ആരെകൊണ്ടോ എനിക്കെഴുതിച്ചു. “മോളെ നീ പോയതിൽ പിന്നെ എനിക്കു നല്ല സുഖമുണ്ടായിട്ടില്ല. മനസ്സു പറയുന്നിടത്ത് ശരീരം എത്തുന്നില്ല. ഷൗക്കത്ത് ഇവിടുള്ളതാണ് ആകെ ആശ്വാസം. അതുകൊണ്ട് എഴുത്തുകളൊക്കെ നടക്കുന്നുണ്ട്.”

ഗുരുവിന്റെ ഓരോ കത്തുകളും ഫോൺകോളുകളും എന്റെ ഹൃദയത്തിൽ ആനന്ദത്തോടൊപ്പം അതിയായ വേദനയും നിറച്ചുകൊണ്ടിരുന്നു.

ഗുരുവിനെ ഒന്നു നേരിൽ കാണാനും ഇത്തിരിനേരം ആ കാൽക്കൽ ഒന്നിരിക്കാനും എന്റെ ഉള്ളം ത്രസിച്ചു തുടങ്ങി.

കുടുംബത്തിലെ കെട്ടുപാടുകൾക്കിടയ്ക്ക് എങ്ങോട്ടും പോകാൻ പറ്റുന്നില്ല. എന്താണൊരു വഴി എന്ന് ചിന്തിച്ചിരിക്കുമ്പോഴാണ് ചികിത്സയ്ക്കായി ഗുരു പാലക്കാട് വരുന്നുണ്ടെന്ന് അറിയുന്നത്. പിന്നെ ഒട്ടും അമാന്തിച്ചില്ല, കുഞ്ഞിനേയും കൊണ്ട് ഞങ്ങൾ പുറപ്പെട്ടു. പാലക്കാട് ഇന്ദിരാമ്മയുടെ വീട്ടിൽ.

ഞങ്ങൾ അവിടെ ചെല്ലുമ്പോൾ ഷൗക്കത്തേട്ടനും മറ്റും താഴത്തെ മുറിയിൽ ഇരിപ്പുണ്ട്. ഷൗക്കത്തേട്ടനോട് ഗുരു അല്പം നീരസത്തിൽ കഴിയുന്ന സമയമായിരുന്നു. അതുകൊണ്ടുതന്നെ ഗുരുവിനെ വെട്ടപ്പെടാതെ നടക്കുകയായിരുന്നു ആശാൻ. ആളുടെ മുഖത്ത് അതിന്റെയൊരു ദുഃഖമൊക്കെ ഉണ്ടായിരുന്നു. എങ്കിലും ഞങ്ങളെ കണ്ടതും ഓടി വന്ന് മോനെ എടുത്തു. മടിയിലിരുത്തി സന്തോഷത്തോടെ എന്തൊക്കെയോ ഒക്കെ അവനോടു സംസാരിച്ചു.

എന്റെ തിടുക്കം കണ്ട് ഷൗ പറഞ്ഞു: “ഗുരു മുകളിലുണ്ട്, തീരെ വയ്യ. രണ്ടു കാലിലും നീരുവന്നു വീർത്തിട്ടുണ്ട്. വൈദ്യന്റെ ചികിത്സയിലാണ്. നിങ്ങൾ ചെന്ന് കണ്ടിട്ടു വാ. ഞാൻ ഇവിടെ തന്നെയുണ്ടാവും.”

ഞങ്ങൾ മുകളിലെ മുറിയിലേക്കു ചെന്നു. ഗുരു കിടക്കുകയാണ്. മുറിക്കുള്ളിലും ആളുകൾ നിറഞ്ഞു നില്പുണ്ട്. ഞങ്ങളെ കണ്ടതും

ആരോ പറഞ്ഞു, "സുഗതയും പ്രമോദും വന്നിരിക്കുന്നു." പെട്ടെന്ന് ഗുരു കട്ടിലിൽ എഴുന്നേറ്റിരുന്നു. എന്നിട്ട് പറഞ്ഞു... "ആഹാ കണ്വമഹർഷി എത്തിയോ...?"

പ്രമോദിന്റെ കൈയിൽനിന്നും മോനെ വാങ്ങി അവന്റെ കണ്ണിലും നെറ്റിയിലുമെല്ലാം ഉമ്മവെച്ചശേഷം കുറച്ചുനേരം മടിയിൽ കിടത്തി. എന്നിട്ട് കുഞ്ഞിനോടായി ചോദിച്ചു, "കണ്വാ അങ്ങനെ നീ വന്നുവല്ലേ... എന്നെ കാണാൻ ഞാനാരാണെന്ന് നിനക്കറിയോ...? ഞാനാടാ നിന്റെ മുതുമുതപ്പൻ. വിളിക്കെടാ... എന്നെ മുത്തച്ഛാന്ന്..."

പിന്നെയും എന്തൊക്കെയോ ഒക്കെ ഗുരു പറഞ്ഞുകൊണ്ടിരുന്നു. മോനാണെങ്കിൽ ഉറക്കെകരഞ്ഞുകൊണ്ടിരുന്നു. ഗുരു അവന്റെ കാലിൽ മെല്ലെ അടിച്ചിട്ടു പറഞ്ഞു... "ഞും കരയുന്നോടാ... മിണ്ടാതിരിക്കെടാ... നിന്നെ ഞാൻ... എന്നൊക്കെ". എന്തു പറഞ്ഞിട്ടും അവൻ കരച്ചിൽ നിർത്തിയില്ല. കുഞ്ഞിനെ പ്രമോദിന്റെ കൈയിൽ തിരികെ കൊടുത്തിട്ട് ഞങ്ങളോട് ഇരുവശവുമായി ഇരിക്കാൻ പറഞ്ഞു. അപ്പോൾ മോനും കരച്ചിൽ നിർത്തി ചിരിക്കാൻ തുടങ്ങി.

പിന്നെ ഞങ്ങളോടായി ഗുരു പറഞ്ഞു. "നിങ്ങൾ വന്നല്ലോ... മോനെ കാണാൻ കഴിഞ്ഞത് മഹാഭാഗ്യം. ഇനി ചിലപ്പോൾ എനിക്കിവനെ ഇങ്ങനെ കാണാൻ കഴിഞ്ഞില്ലെങ്കിലോ..."

എനിക്കൊന്നും പറയാൻ കഴിഞ്ഞില്ല. എന്റെ നെഞ്ച് തകരുന്നതു പോലെ... നിയന്ത്രിക്കാൻ ആവാത്തവിധം കണ്ണുകൾ നിറഞ്ഞൊഴുകി.

അതു കണ്ടിട്ട് ഗുരു വീണ്ടും... "ശെ, കരയുന്നോ... കഴുത. പോ അപ്പുറത്ത്, ഞാനൊന്നു കിടക്കട്ടെ" എന്നു പറഞ്ഞു. എപ്പോഴത്തേയും പോലെ എനിക്കു ദേഷ്യം വന്നില്ല. സങ്കടം മാത്രമായിരുന്നു. ഗുരു കിടന്നു. ഞാൻ ഗുരുവിന്റെ കാലിൽ പുതപ്പിട്ടു കൊടുത്തു.

അപ്പോൾ ഗുരു പറഞ്ഞു... "മോളെ... കുഞ്ഞിനെ എന്റെ കാലിലേക്കൊന്നു കിടത്തിയെ..." ഞാനൊന്നു പരിഭ്രമിച്ചു. ഗുരുവിനു കാൽവേദനയല്ലേ. നീരുമുണ്ട്... എങ്കിലും ഗുരു അല്ലേ പറഞ്ഞത്... അനുസരിക്കാതിരിക്കുന്നത് എങ്ങനെയാ...? ഞാൻ അവനെ ഗുരുവിന്റെ കാലിൽ വളരെ പതിയെ കിടത്തി. അവൻ ഗുരുവിന്റെ കാലിലേക്കു കമഴ്ന്നു വീണു കൈയും കാലുമിട്ടടിച്ചു വീണ്ടും കരയാൻ തുടങ്ങി.

ചുറ്റും കൂടിനിന്നവർക്കു വേദനിക്കാൻ തുടങ്ങി. എല്ലാരുടെയും മുഖത്ത് അതു കാണാനുണ്ടായിരുന്നു. ഗുരു ഇതൊന്നും അറിയാത്ത വിധം കണ്ണടച്ചു കിടക്കുകയാണ്. കുഞ്ഞിന്റെ കരച്ചിലൊഴിച്ചാൽ ആകെ നിശ്ശബ്ദം. എല്ലാവരുടെയും ശ്വാസം ഇപ്പൊ പൊട്ടുമെന്നു തോന്നും. അവസാനം ഇന്ദിരാമ്മയുടെ കൺട്രോൾ പോയി. അവർ എന്നോടായി ഉറക്കെ പറഞ്ഞു... "മതി, മതി ഇനി കുഞ്ഞിനെ എടുക്ക്... ഗുരുവിനു കാൽ വയ്യാത്തതാണ്."

ഞാൻ കുഞ്ഞിനെ എടുക്കാൻ ഭാവിച്ചതും കണ്ണു തുറക്കാതെതന്നെ ഗുരു... "അവൻ കിടക്കുന്നത് എന്റെ കാലിലാണ്. നിങ്ങളുടെയൊന്നു മല്ലല്ലോ. ഞാൻ പിന്നോട്ടു മാറി. പിന്നെ ആരും ഒന്നും മിണ്ടിയില്ല. മിനിട്ടുകൾ കഴിഞ്ഞപ്പോൾ കണ്ണ് തുറക്കാതെ തന്നെ ഗുരു ആംഗ്യം കാണിച്ചു... മോനെ എടുത്തോളാൻ. അവനാണെങ്കിൽ കാലിലെ പുതപ്പു ചുളുക്കിയും കൈകാലിട്ടടിച്ചും കളിച്ചുകൊണ്ടിരുന്നു.

അവിടെ കൂടിനിന്നവർക്കൊന്നും ഗുരുവിന്റെ ആ പ്രവൃത്തി അത്ര യ്ക്കങ്ങ് പിടിച്ചില്ല. എല്ലാരുടെയും മുഖഭാവം അതു വിളിച്ചു പറയുന്നു ണ്ടായിരുന്നു.

ഇരുപത്തിമൂന്ന്

ഷൗക്കത്തേട്ടൻ മുകളിലേക്കു വന്നതേയില്ല. ഏകദേശം ഒരു മണിയായിക്കാണും. ഗുരു എണീറ്റപ്പോൾ ഇന്ദിരാമ്മ ചോദിച്ചു... "ചോറു കൊണ്ടു വരട്ടെ ഗുരു." അപ്പോൾ ഗുരു എന്നോടായി ചോദിച്ചു... "നമ്മുടെ കണ്വനു ചോറു കൊടുത്തോ?" ചോറൂണിന്റെ കാര്യമാണ് ഗുരു ചോദിച്ചതെന്ന് എനിക്കു മനസ്സിലായി. ഞാൻ പറഞ്ഞു. "ഇല്ല ഗുരു, ഈ മാസം കൊടുക്കണം."

അപ്പോൾ അധ്യധികം സന്തോഷത്തോടെ ഗുരു വിളിച്ചുപറഞ്ഞു... "ഇന്ദിരാമ്മേ... രാധമ്മയോട് പറയൂ... ഇത്തിരി പായസച്ചോറൂടെ ഉണ്ടാക്കിക്കൊണ്ടുവരാൻ." അല്പസമയത്തിനുള്ളിൽ രാധമ്മ പായസച്ചോറുമായി വന്നു. ഗുരു കൈ കഴുകി വന്ന് ഇത്തിരി പായസച്ചോറെടുത്ത് ഗുരുവിന്റെ പാത്രത്തിലിട്ട് പറഞ്ഞു. "വാടാ മോനെ നിനക്ക് ഈ ഞാൻ തന്നെ ചോറും തന്നേക്കാം." ഞാൻ കുഞ്ഞിനെ മടിയിലിരുത്തി ഗുരുവിനടുത്തു ചെന്നിരുന്നു. ഒരു നിമിഷം കണ്ണടച്ചിരുന്ന ശേഷം ചോറുരുട്ടി മോന്റെവായിൽ വെച്ചു കൊടുത്തു.

പിന്നെ പറഞ്ഞു... "ഇതിനും കൂടിയേ എനിക്കു ഭാഗ്യമുള്ളു... അല്ലേ കണ്വ മഹർഷി..." എന്ന്.

ഗുരുവിന്റെ വാക്കുകൾ വന്നുതറച്ചത് എന്റെ ഹൃദയത്തിലാണ്. വേദനകൊണ്ട് പിടയുമ്പോഴും ഞാൻ ചിരിക്കാൻ ശ്രമിച്ചു. കുഞ്ഞ് ഇതൊന്നുമറിയാതെ ചോറു മുഴുവൻ നല്ല രുചിയോടെ ശാപ്പിടുകയായിരുന്നു. 'മഹർഷി കണ്വനു അന്നത്തിന് ഒരിക്കലും മുട്ടു വരാതിരിക്കട്ടെ' എന്ന് ഒരനുഗ്രഹവും കൊടുത്തു.

ഗുരുവിന്റെ കണ്ണുകളിൽ നിഴലിച്ചുകണ്ട ഏതോ ഒരു ഭാവം എന്റെയുള്ളിൽ സങ്കടത്തിന്റെ നീർച്ചാലുകൾ തീർക്കുകയായിരുന്നു. കുറച്ചു നേരത്തേക്ക് സന്തോഷത്തിനും സങ്കടത്തിനും ഇടയ്ക്കുള്ള എങ്ങോട്ടോ ഞാൻ പോയി.

എന്റെ ഉള്ളം വിങ്ങി. ദൈവമേ... ഞാൻ എന്തിനാണ് എന്റെ ഗുരുവിനെ വിട്ടുപോന്നത്? എന്റെ മനസ്സിൽ ഒരായിരം ചോദ്യങ്ങളായിരുന്നു. എന്റെ ജീവിതത്തിൽ സംഭവിച്ചതൊക്കെയും അപ്രതീക്ഷിതങ്ങളായിരുന്നു.

അതുപോലെ അപ്രതീക്ഷിതമായി ആ മഹാസാന്നിദ്ധ്യത്തിൽ മോന്റെ ചോറൂണ് നടന്നു.

അടക്കാനാവാത്ത സന്തോഷത്തിൽ ഞാനും പ്രമോദും കണ്ണുകളിൽ നോക്കി നിന്നുപോയി. പിന്നെ സംഭവിച്ചത് അതിലും വലിയ ഒന്നായിരുന്നു.

ഊണും വിശ്രമവുമൊക്കെ കഴിഞ്ഞ് ഗുരു എഴുതാനിരിക്കുകയാണ്. ഗുരുവിന്റെ കാലിൽ ചുവന്ന വലിയ ബോർഡറുള്ള വെളുത്ത സോക്സ് ഇട്ടിട്ടുണ്ട്. മേശയുടെ അടിയിലുള്ള പിടിയിൽ കാൽ കയറ്റിവെച്ചു ഗുരു എഴുതുകയും ചുറ്റുമുള്ളവരോടു സംവദിക്കുകയും ചെയ്യുന്നുണ്ട്.

കണ്വൻ എന്റെ മടിയിൽ നിന്ന് ഊർന്നു താഴെ ഇറങ്ങി മുട്ടിൽ നീന്തി കളിക്കുകയാണ്. ഗുരുവിന്റെ സോക്സ് കണ്ടിട്ടാവാം അവൻ മുട്ടിലിഴഞ്ഞു ചെന്ന് അതിൽ പിടിച്ചു വലിക്കാൻ തുടങ്ങി.

സോക്സിലെ ആ ചുവപ്പുനിറം കൈക്കലാക്കാനുള്ള ശ്രമത്തിലാണ് അവൻ. അവന്റെ കുഞ്ഞുവിരലുകളുടെ സ്പർശമേറ്റപ്പോൾ ഗുരു മേശയ്ക്കു കീഴിലേക്കെത്തി നോക്കി. എന്നിട്ടു പറഞ്ഞു... "ആഹാ, കൊള്ളാമല്ലോ, മഹർഷി കണ്വൻ എന്റെ അനുഗ്രഹം വാങ്ങാൻ വന്നിരിക്കുന്നോ...?" കുറച്ചു നേരം അങ്ങനെ അവന്റെ കളി നോക്കി ഇരുന്നു. പിന്നെ ഗുരുവിന്റെ വലതുകാൽ മെല്ലെ ഉയർത്തി മുട്ടിമുട്ടിയില്ല എന്ന പോലെ വളരെ മൃദുവായി കുഞ്ഞിന്റെ തലയിൽ പതിയുന്നതുപോലെ ഭാവിച്ചു. എന്നിട്ടു പറഞ്ഞു... "ഞാൻ നടന്ന വഴിയെല്ലാം നിനക്കും ഇരിക്കട്ടെ കുഞ്ഞേ..."

ഗുരുവിന്റെ വഴികൾ സന്ന്യാസത്തിന്റെയല്ലേ... അതുകൊണ്ടാവാം പലരും അദ്ഭുതത്തോടെ ഗുരുവിനെ നോക്കുന്നുണ്ടായിരുന്നു. ഞാൻ പ്രമോദിന്റെ മുഖത്തേക്കു നോക്കി അവിടെ എല്ലാം മറന്നു നിൽക്കുന്ന ആഹ്ലാദവാനായ ഒരു പ്രമോദിനെയാണ് എനിക്കു കാണാൻ കഴിഞ്ഞത്. അതായിരുന്നു എന്റെ എല്ലാമെല്ലാമായ ഗുരുവുമായിട്ടുള്ള അവസാനത്തെ കൂടിക്കാഴ്ച. പിന്നെ ഒരിക്കലും ആ ചേതനയുള്ള ശരീരം ഞാൻ കണ്ടിട്ടില്ല.

ഇരുപത്തിനാല്

ഞാങ്ങൾ പാലക്കാടുനിന്നും മടങ്ങുമ്പോൾ ഞാൻ ഒരിക്കൽപോലും ചിന്തിച്ചിരുന്നില്ല, ഇനി ഒരിക്കലും എനിക്കെന്റെ ഗുരുവിനെ കാണാൻ കഴിയില്ലെന്ന്...

മടക്കയാത്രയിൽ മനസ്സുനിറയെ ഗുരുവായിരുന്നു, ഗുരു പറഞ്ഞ വാക്കുകളായിരുന്നു, ആ കണ്ണുകളിലെ ആശങ്കയായിരുന്നു. മുഖഭാവത്തിൽ നിറഞ്ഞുനിന്ന കാരുണ്യമായിരുന്നു.

ഗുരുവിനു വയ്യാത്തതുകൊണ്ട് ഭയങ്കര ദേഷ്യമാണെന്ന് എല്ലാരും പറഞ്ഞത്. എന്നാൽ ഞാനൊരു ദേഷ്യവും ഗുരുവിൽ കണ്ടില്ല. ഗുരു വളരെ സന്തോഷവാനും സൗമ്യനുമായിരുന്നു. എന്റെ കുഞ്ഞിനു കൈവന്ന ഭാഗ്യത്തെക്കുറിച്ചോർത്ത് ഞാനും സന്തോഷിച്ചു.

എന്നാൽ വീട്ടിലുള്ളവർക്ക് ഇതൊന്നും മനസ്സിലാകുന്നുണ്ടായിരുന്നില്ല. അവർക്ക് ഒന്നുംതന്നെ ഉൾക്കൊള്ളാനും കഴിഞ്ഞില്ല. വൃദ്ധരായ അച്ഛനമ്മമാർ നിസ്സഹായരായിരുന്നു. അവർ മൂത്തമകനെ അനുസരിക്കാൻ നിർബന്ധിതരായിരുന്നു.

ആരുടെയൊക്കെയോ കുബുദ്ധിയാൽ ഞങ്ങളെ മാറ്റിപ്പാർപ്പിച്ച വീട്ടിൽനിന്നും രക്ഷപ്പെട്ട് സ്വന്തം വീട്ടിൽ തിരിച്ചെത്താൻ ഞങ്ങൾ അതിയായി മോഹിച്ചു.

വീണ്ടും 'കലാഹൃദയം' പറിച്ചുമാറ്റണമെന്നോർത്തപ്പോൾ ഞങ്ങൾ ഒന്നു മടിച്ചു. (മോനുണ്ടായ സമയത്ത് പ്രമോദ് ഒരു ഫോട്ടോ സ്റ്റുഡിയോ തുടങ്ങിയിരുന്നു. അതിനു ഗുരു ഇട്ട പേരായിരുന്നു കലാഹൃദയം. ഞങ്ങളുടെ പ്രധാന വരുമാനമാർഗ്ഗമായി കലാഹൃദയം ഇപ്പോഴും ഞങ്ങളോടൊപ്പമുണ്ട്.)

പരിചയമില്ലാത്ത ഒരു നാട്ടിൽ ഒരു കുഗ്രാമത്തിൽ കുറച്ചുനാൾ കഴിയേണ്ടി വന്നു. അതൊരു വലിയ ചതിയായിരുന്നു എന്ന് പിന്നീടാണ് ഞങ്ങൾക്കു മനസ്സിലായത്. ആ അന്തരീക്ഷവുമായി പൊരുത്തപ്പെടാൻ ഒരിക്കലും എനിക്കു കഴിഞ്ഞിരുന്നില്ല. പന്തളത്ത് ആകെ ഉണ്ടായിരുന്ന

സുഹൃത്തുക്കൾ പോലും അങ്ങോട്ടു വരാതെയായി. ശരിക്കും ഒരു തുരുത്തിൽ ഒറ്റപ്പെട്ടപോലെ.

എനിക്ക് എന്നോടുതന്നെ ദേഷ്യം തോന്നിയ നാളുകളായിരുന്നു അത്. മോൻ പിച്ച വെച്ചു നടക്കുന്നതുപോലും ആസ്വദിക്കാൻ എനിക്കു കഴിഞ്ഞിരുന്നില്ല. അവിടെനിന്നും എങ്ങനെ രക്ഷപ്പെടും എന്ന ഒറ്റ ചിന്ത മാത്രമേ എപ്പോഴും എന്റെ മനസ്സിൽ ഉണ്ടായിരുന്നുള്ളൂ.

അപ്പോഴും മനസ്സിൽ ശാന്തി നിറച്ചുകൊണ്ട് ഗുരുവിന്റെ ശബ്ദം അക്ഷരങ്ങളായി ഒഴുകിയെത്തിയിരുന്നു ആ ഓർമ്മകളിൽ മേയാൻവിട്ട് മനസ്സിനെ ആനന്ദിപ്പിച്ചു. പക്ഷാഘാതവും വിശ്രമവുമൊക്കെ കഴിഞ്ഞ് തലശ്ശേരിയിൽനിന്നും ഗുരു ഊട്ടിയിൽ തിരിച്ചെത്തി എന്നറിഞ്ഞപ്പോൾ മുതൽ എന്റെ ഉള്ളിൽ വല്ലാത്തൊരാശ.

കുറച്ചു ദിവസം എന്റെ ഗുരുവിനൊപ്പം പോയി താമസിക്കണം. ഗുരു തളർന്നു കിടക്കുന്നതു കാണാൻ എനിക്കാവുമായിരുന്നില്ല. 'വീണ്ടും ഞാൻ വാക്കറിന്റെ സഹായത്തോടെ പിച്ചവെയ്ക്കാൻ തുടങ്ങി' എന്ന് ഗുരു എനിക്കെഴുതിയിരുന്നു. അതുകൂടി കേട്ടപ്പോൾ എനിക്കു കാണാൻ ധൃതിയായി.

വീട്ടുകാരുടെ നിയന്ത്രണത്തെ ശക്തമായി എതിർത്തുകൊണ്ട് ഞാൻ വാശിപിടിക്കാൻ തുടങ്ങി. ഇനിയും എനിക്കെന്റെ ഗുരുവിനെ കാണാതിരിക്കാൻ വയ്യെന്ന് പറഞ്ഞു. അവസാനം എനിക്ക് പ്രമോദിനെ ഭീഷണിപ്പെടുത്തേണ്ടി വന്നു.

"ഗുരുവിന്റെ അടുത്തെത്താൻ വൈകുന്ന ഓരോ നിമിഷവും എന്റെ ആയുസ്സും കുറയുകയാണെന്ന്."

പ്രമോദിനും അതിരറ്റ ആഗ്രഹമുണ്ടായിരുന്നു. എന്നാൽ ചില നിയന്ത്രണങ്ങളിൽ ഞങ്ങൾ പെട്ടുപോയിരുന്നു. അവസാനം ഗുരു ഞങ്ങൾക്കെഴുതി...

"പ്രിയപ്പെട്ട പ്രമോദും സുഗതയും മകൻ കണ്വനും അറിയുവാൻ,

നിങ്ങൾ ഇപ്പോൾ ഉറപ്പോടെ താമസിക്കുന്ന ഗൃഹസ്ഥരാണെന്നു മനസ്സിലായി. ഇനി ഒരു ദിവസം കുഞ്ഞിനേയും കൈയ്ക്കു പിടിച്ചുകൊണ്ട് കയറിവരും എന്നൊന്നും പ്രതീക്ഷിക്കുന്നില്ല. നിങ്ങളേക്കാളും അചരനാണല്ലോ ഞാൻ. അതുകൊണ്ട് വഴിയിൽവെച്ച് എവിടെയെങ്കിലും കാണാം എന്നു വിചാരിക്കുന്നില്ല. ഞാൻ രണ്ടുനിര ഇരുമ്പു കമ്പികളിലെ ഇഴയിൽ നെഞ്ചമർത്തിവെച്ച് നടക്കാൻ പഠിക്കയാണ്. ദിവസം ചെല്ലുന്തോറും പേടി മാറിവരുന്നു. ഇപ്പോൾ ഇത്രയും വിശേഷം.

സ്നേഹത്തോടെ പ്രിയഗുരു."

കത്തു വായിച്ച ഞാൻ ആകെ തളർന്നുപോയി. ഈ സമയത്ത് എന്റെ ഗുരുവിനെ സഹായിക്കാൻ കഴിയാത്ത ഞാൻ എന്തിനു ജീവിച്ചിരിക്കണം? കുഞ്ഞാണെങ്കിൽ എന്റെ കൈയിൽനിന്നും എങ്ങോട്ടും മാറില്ല. കത്തും കൈയിൽ പിടിച്ച് ഞാൻ കുറേനേരമിരുന്നു കരഞ്ഞു. വന്നുപോയ ദുർവിധിയോർത്ത് നിരാശപ്പെട്ടു.

പ്രമോദ് പറഞ്ഞു, "സുഗത വിഷമിക്കണ്ട. എന്തു വന്നാലും നമ്മൾ പോകും. നമ്മുടെ ഗുരുവിനെ കണ്ടിരിക്കും."

എനിക്കല്പം ആശ്വാസമായി. ഉടൻ ഞാൻ ഗുരുവിനെഴുതി... "അധികം താമസിയാതെതന്നെ ഞാൻ വരും ഗുരു. എന്റെ ഗുരുവിന്റെ കൂടെ കുറച്ചുനാൾ താമസിച്ചിട്ടേ ഞാൻ മടങ്ങൂ."

ആ കത്തിന് കുറേ ഏറെ നാൾ കഴിഞ്ഞാണ് ഒരു മറുപടി വന്നത്. അപ്പോഴെല്ലാം ഞാൻ എന്റെ ഗുരുവിനുവേണ്ടി പ്രാർത്ഥിച്ചുകൊണ്ടേയിരുന്നു.

അവസാനം മേയ് ആദ്യം ഗുരുവിന്റെ അവസാനത്തെ കത്ത് ഞങ്ങൾക്കു വന്നു. അതിൽ ഗുരു ഇങ്ങനെ എഴുതിയിരുന്നു. ഒരു നല്ല റോസാപ്പൂവിന്റെ ഫോട്ടോയ്ക്കു പിന്നിലാണ് ഗുരു എഴുതിയിരുന്നത്. "പ്രിയപ്പെട്ട പ്രമോദും സുഗതയും അറിയുന്നതിന്... ഇവിടെ ഇപ്പോഴും റോസ് ചിരിച്ചുസന്തോഷിച്ചു നിൽക്കുന്നു. ഞാൻ ഇന്നലെ പ്രമോദിനെ സ്വപ്നം കണ്ടു. നിന്റെ വാഗ്ദത്തമെല്ലാം വെള്ളത്തിൽ പോയി. നീ വന്നു നിന്റെ ചിത്രത്തിനു വാർണിഷ് ഇടുമെന്ന് പറഞ്ഞിട്ട് വർഷം രണ്ടു കഴിഞ്ഞു. ഇന്നലെ ഞാൻ സ്വപ്നം കണ്ടു, നീ വന്ന് അതിനു വാർണിഷ് ചെയ്യുന്നത്. നേരം വെളുത്തപ്പോൾ അതൊക്കെ വെള്ളത്തിൽ പോയി. എന്നാലും തിരുകുടുംബം സന്തോഷത്തോടെ കഴിയുന്നല്ലോ. സ്നേഹത്തോടെ ഗുരു."

അത് ഞങ്ങളുടെ ജീവിതത്തെത്തന്നെ മാറ്റിമറിച്ച ഒരു കത്തായിരുന്നു. പിന്നീടുള്ള ദിവസങ്ങളിൽ നിരാശയും സങ്കടവും കൊണ്ട് പ്രമോദിന് ഉറങ്ങാൻ കഴിഞ്ഞില്ല. എനിക്കു പനിയും പിടിച്ചു. പനി മാറിയാൽ ഉടൻ ഊട്ടിയിൽ പോകാൻ തീരുമാനിച്ചു. പ്രമോദ് ഗുരുവിനെഴുതി... 15 എന്നൊരു തിയതി ഉണ്ടെങ്കിൽ ഞാൻ സുഗതയേയു കണ്വനെയും കൊണ്ട് അവിടെ എത്തിയിരിക്കും ഗുരു. ഇതെന്റെ വാക്കാണ്.

ആ കത്തിന് മറുപടിയൊന്നും വന്നില്ല. ആ കത്തിനെന്നല്ല പിന്നെ ഒരു കത്തും ഞങ്ങളുടെ ഗുരു ഞങ്ങൾക്ക് എഴുതിയതേയില്ല.

പ്രമോദ് വാക്കു പാലിച്ചു. എന്നാൽ ആ ഒരു ദിവസത്തേക്ക് എന്റെ ഗുരു കാത്തുനിന്നില്ല. ഒരു വാക്കു മിണ്ടാൻ കാത്തുനിൽക്കാതെ എന്നെന്നേക്കുമായി... ആ ദിവ്യസാന്നിധ്യം ഞങ്ങളെ വിട്ടുപോയിരുന്നു.

ഇരുപത്തിയഞ്ച്

മെയ് 14. ഞങ്ങൾ ഊട്ടിയിലേക്കു പോകാനുള്ള തയ്യാറെടുപ്പിലാണ്.

നേരം വെളുത്തപ്പോൾ മുതൽ ഞാൻ അടുക്കിപ്പെറുക്കുകയാണ്. കുഞ്ഞിനു വേണ്ട സാധനങ്ങളൊക്കെ എടുത്തുവച്ചു. അവനെയും കൊണ്ട് ആദ്യമായി തണുപ്പിൽ പോകയല്ലേ. രാത്രിവണ്ടിയിൽ കയറി പാലക്കാടുള്ള ചേച്ചിയുടെ വീട്ടിൽ ചെന്ന് ഒന്ന് റെസ്റ്റ് എടുത്ത് സാവകാശം പുറപ്പെടാമെന്നു കരുതി. പ്രമോദ് സ്റ്റുഡിയോയിലെ ജോലിയെല്ലാം തീർത്തു വേഗം വരാമെന്നു പറഞ്ഞു.

രാത്രി ഉറക്കംകളയേണ്ടതല്ലേ, ഉച്ചയ്ക്ക് അല്പമൊന്നു മയങ്ങാമെന്നു കരുതി മോനെയും ഉറക്കി ഞാനും ഒന്നു കിടന്നു.

നന്നായി ഉറങ്ങിപ്പോയെന്നു തോന്നുന്നു. ഉറക്കത്തിൽ ഒരു കാറിന്റെ ഹോൺ കേട്ടു. ഞാൻ ചെന്ന് കതകു തുറന്നപ്പോൾ തൂവെള്ള നിറത്തിലുള്ള ഒരു അംബാസഡർ കാർ. അതിനുള്ളിൽ നിന്ന് എന്റെ ഗുരു ഇറങ്ങിവരുന്നു.

അദ്ഭുതം കൊണ്ട് എന്റെ കണ്ണ് തള്ളിപ്പോയി: "ഗുരു ഇവിടെ..."

ഞാൻ പറഞ്ഞു മുഴുമിപ്പിക്കും മുൻപേ ഗുരു പറഞ്ഞു: "നിൽക്കാനൊന്നും ഒട്ടും സമയമില്ല മോളെ, നീ പോയി വേഗം ഒരു ഗ്ലാസ് വെള്ളം എടുത്തുകൊണ്ടുവാ."

ഞാനോടിപ്പോയി ഒരു ഗ്ലാസ് വെള്ളമെടുത്തു കൊണ്ടുവന്നു. അത് പെട്ടെന്ന് വാങ്ങി ഒറ്റവലിക്കു കുടിച്ചിട്ട് ഗ്ലാസ് തിരികെ തന്നു. എന്നിട്ട് കട്ടിലിൽ ഇരുന്ന്, ഉറങ്ങിക്കിടന്നിരുന്ന മകനെ കോരിയെടുത്ത് അവന്റെ കുഞ്ഞിക്കാലുകളിൽ ഉമ്മ വച്ചു. അവന്റെ നെറ്റിയിലും കവിളിലും തലോടി. പിന്നെ വളരെ ധൃതിയിൽ പുറത്തേക്കിറങ്ങിപ്പോയി. പോകുന്ന പോക്കിൽ എന്റെ പുറത്തും ഒന്ന് തട്ടി.

എന്നാൽ എന്റെ ഗുരു എന്നത്തെയുംപോലെ പിങ്ക് നിറമുള്ള വസ്ത്രമായിരുന്നില്ല ധരിച്ചിരുന്നത്. മഞ്ഞുപോലെ വെളുത്ത തൂവെള്ള വസ്ത്രമായിരുന്നു അന്ന് ഗുരു ധരിച്ചിരുന്നത്. താടിയും മുടിയുമെല്ലാം നന്നേ വെളുത്തിരുന്നു. മുഖം ചുവന്നു തുടുത്തിരുന്നു. വല്ലാത്തൊരു പ്രകാശം ഗുരുവിനു ചുറ്റും വലയം വച്ചു നിന്നിരുന്നു.

ഗുരു പോയിക്കഴിഞ്ഞിട്ടും ആ ഗന്ധം, പിയേഴ്സ് സോപ്പും എണ്ണയും ചേർന്ന മാസ്മരികമായ ഒരു ഗന്ധം, അതെന്റെ മൂക്കിൽ തുളഞ്ഞു കയറുന്നുണ്ടായിരുന്നു.

പിന്നെയും നിലയ്ക്കാത്ത ഹോണടി. ഞാൻ കണ്ണ് തുറന്നു. മണി നാലാകുന്നു. പാൽക്കാരനാണ്. ഞാൻ ഉണർന്നു. അപ്പോൾ മാത്രമാണറിയുന്നത് ഞാൻ ഉറങ്ങുകയായിരുന്നെന്നും അതൊരു പകൽക്കിനാവായിരുന്നെന്നും.

അന്ന് വൈകീട്ട് ഏഴു മണിക്കുള്ള വാർത്ത കേട്ട് ഞാൻ തളർന്നു വീണു.

എന്തുചെയ്യണമെന്നറിയാതെ കുഞ്ഞിനെ നെഞ്ചിലടുക്കിപ്പിടിച്ച് പ്രമോദും എന്റെയടുത്തിരുന്ന് വാവിട്ടുകരഞ്ഞു.

അധികനേരം കഴിയും മുൻപേ എറണാകുളത്തെ എന്റെ വീട്ടിൽനിന്ന് അറിയിപ്പ് കിട്ടി: "പെട്ടെന്ന് ഒരു ടാക്സി പിടിച്ചു പുറപ്പെട്.''

പിന്നെ ഒന്നും ചിന്തിച്ചില്ല. വീട് പൂട്ടി പുറപ്പെട്ടു.

എറണാകുളത്തെത്തുമ്പോൾ വീട്ടുകാർ മുഴുവൻ റെഡിയായി നിൽക്കുന്നു. പിന്നെ ഒരു വലിയ വണ്ടിയിൽ. ആരും ഒന്നും ശബ്ദിക്കുന്നില്ല. എല്ലാവരുടെയും ഉള്ളം വിങ്ങുകയാണ്.

വണ്ടിക്കു വേഗത പോരാ എന്ന് ഇടയ്ക്കു തോന്നിയെങ്കിലും ഫേൺഹിൽ എത്തിയത് ഞാനറിഞ്ഞില്ല.

ആശ്രമമുറ്റം നിറച്ച് ആളുകളാണ്. ഞാൻ മോനെയും കൊണ്ട് നേരെ അകത്തേക്കു ചെന്നു. ഗുരു അതാ പതിവുപോലെ കസേരയിൽ ചിരിച്ചുകൊണ്ടിരിക്കുന്നു. എനിക്കു സമാധാനമായി. ഗുരു എങ്ങും പോയിട്ടില്ല. ഞാൻ മോനെ കാൽക്കൽ കിടത്തി. ഗുരുവിനെ നമസ്കരിച്ചു. എന്നാൽ ഗുരു എന്റെ തലയിൽ തൊടുകയോ, കുഞ്ഞിനെ എടുക്കുകയോ, എന്നോട് എന്തെങ്കിലും ഒന്ന് മിണ്ടുകയോ ചെയ്തില്ല. എന്റെ ഹൃദയം വിങ്ങിപ്പൊട്ടി. തേങ്ങൽ അല്പം ഉച്ചത്തിലായോ എന്തോ.... ആരോ പറഞ്ഞു: "കരയരുത്."

പ്രസാദ് സ്വാമി പറഞ്ഞു: "നീ അവിടെ ചെന്നിരിക്ക് സുഗതാ."

ഞാൻ അനുസരിച്ചു.

തണുപ്പുകൊണ്ടാണോ എന്തോ എന്റെ മോൻ ഉറക്കെ കരയുന്നുണ്ടായിരുന്നു.

അവനോടു കരയരുതെന്ന് ആരും പറഞ്ഞില്ല.

സമാധി ഇരുത്താൻ സമയമായി. എല്ലാവരും എഴുന്നേറ്റു; ഞാനും.

സമാധിസ്ഥലം വരെ പോകാൻ എനിക്കായില്ല. അതിനു മുൻപേ ഞാൻ തളർന്നിരുന്നു. നടരാജഗുരുവിന്റെ ധ്യാനമണ്ഡപത്തിന്റെ ചവിട്ടുപടിയിൽ ആരോ എന്നെ പിടിച്ചിരുത്തി.

ഗുരുവിനെ ഒരു കസേരയിലിരുത്തി ആരൊക്കെയോ ചേർന്ന് എടുത്തുകൊണ്ടുവരുന്നു. ആളുകളെക്കൊണ്ടു മറഞ്ഞതിനാൽ കസേര കാണുന്നില്ല.. ഗുരു തനിയെ നടന്നുവരുന്നതാണെന്നേ തോന്നൂ.

ഞാനൊന്നെണീക്കാൻ ശ്രമിച്ചുനോക്കി. കഴിഞ്ഞില്ല.

ഗുരു എന്നെ നോക്കി കൈയുയർത്തിക്കാണിച്ചോ? മോനെ നോക്കി ചിരിച്ചോ? ഒന്നും എനിക്കറിയില്ല. എന്റെ കൈയിൽ പിടിക്കാതെ എന്റെ ഗുരു തനിച്ച് എങ്ങോട്ടാണു പോയത്? എനിക്കൊന്നും അറിയില്ല.

ഏതോ ശക്തമായ കൊടുങ്കാറ്റു വന്ന് എന്റെ ചെവി രണ്ടും കൊട്ടിയടച്ചു കളഞ്ഞു. കൂരിരുൾ വന്ന് എന്റെ കണ്ണുകളും മൂടിക്കളഞ്ഞു.

പിന്നെ എന്താണുണ്ടായത്?

ഊട്ടിച്ചുരങ്ങൾക്കപ്പുറത്തു നിന്ന് ഒരു പുടുകാറ്റു വന്ന് ശരീരത്തെ തൊട്ടുണർത്തിയപ്പോൾ പതിയെ ഞാനും ഉണർന്നു. ഞാൻ ഫേൺഹിൽ വിട്ടിരിക്കുന്നു.

എന്റെ ഗുരുവിനെ കെട്ടിപ്പിടിക്കാതെ, ഉമ്മ വയ്ക്കാതെ, യാത്ര പറയാതെ ആദ്യമായി ഞാൻ ഫേൺഹിൽ വിട്ടു പോന്നിരിക്കുന്നു. എന്നെന്നേക്കുമായി ആ നിത്യപ്രകാശത്തിൽ എന്നെ ലയിപ്പിച്ചുകൊണ്ട് എന്റെ എല്ലാമെല്ലാമായിരുന്ന ആ മഹാസാന്നിദ്ധ്യം എന്റെ കൺമുന്നിൽ നിന്ന് മറഞ്ഞുപൊയ്ക്കളഞ്ഞു.

എന്റെ 15-ാമത്തെ വയസ്സിലാണ് ഞാൻ ഏറ്റവും കൂടുതൽ കാലം ഗുരുവിനോടൊപ്പം ജീവിച്ചത്, യാത്ര ചെയ്തത്.

ബാല്യത്തിന്റെ കുസൃതികളും കൗമാരത്തിന്റെ കുതിപ്പും കൂട്ടിമുട്ടുന്ന ഒരു കാലം. അതുതന്നെയായിരുന്നു എന്റെ ജീവിതത്തിലെ സുവർണകാലം.

ഞാൻ എപ്പോഴും ഒരു നോട്ടുബുക്ക് കൊണ്ടുനടക്കുമായിരുന്നു.

ഒരിക്കൽ ഊട്ടിയിൽ നിന്ന് ഒരു കേരളയാത്രയ്ക്ക് പുറപ്പെട്ടപ്പോൾ ബസ്സിൽ ഇരുന്ന് എന്റെ നോട്ട്ബുക്കിൽ ഗുരു എഴുതി:

"വെള്ളയ്ക്കാകണ്ണി, മത്തങ്ങാ പെണ്ണ്,

മുത്തപ്പന്റൊപ്പം തിണ്ടാടാൻ പോണു."

നാല് വരിയേ ഗുരു എഴുതൂ. ബാക്കി ഞാൻ വേണം പൂരിപ്പിക്കാൻ. അതിന്റെ അടുത്ത വരിയായി ഞാൻ എഴുതി:

"ലോകമൊരു വേദമെന്ന് മുത്തപ്പൻ ഓതിത്തന്നു,

ആ വേദ പുസ്തകം കുഞ്ഞാണ്ടി തുറന്നുനോക്കി."

(അന്നൊക്കെ ഗുരു എന്നെ കുഞ്ഞാണ്ടി എന്നും കുഞ്ഞൂസ് എന്നുമൊക്കെ മാത്രമേ വിളിക്കുമായിരുന്നുള്ളൂ).

അതേ..... ആ വേദപുസ്തകത്തിനു മുന്നിൽ ഞാനിപ്പോഴും പകച്ചു നിൽക്കുകയാണ്... എന്റെ മുത്തപ്പൻ വീണ്ടും വരും, എല്ലാം എനിക്കു പറഞ്ഞുതരും എന്ന ആത്മവിശ്വാസത്തോടെ.

ആ ഷോക്കിൽ നിന്ന് മോചിതയാവാൻ വർഷങ്ങൾ വേണ്ടിവന്നു. എന്നെ മൂടിയിരുന്ന ദുഃഖത്തിന്റെ വാത്മീകമെല്ലാം പൊളിഞ്ഞുവീണിരിക്കുന്നു. ഞാൻ സ്വയം പടുത്തുയർത്തിയ ഏകാന്തതയുടെ തടവറയിൽ നിന്ന് ഞാൻ പുറത്തു ചാടിയിരിക്കുന്നു.

ഇവിടെന്റെ ഗുരുവുണ്ട്. ഇനി എന്നും എന്നോടൊപ്പം...

എന്റെ ഗുരുവിനു വേണ്ടി... ഗുരുവിനൊപ്പം... ഇന്ന് ഞാൻ ജീവിക്കുന്നു.

കാത്തു സൂക്ഷിച്ചോരീ കണ്ണീരിനാലീ -
കാവ്യം കുറിച്ചു ഞാൻ പിൻവാങ്ങിടുന്നു.

■

നന്ദി

നിത്യചൈതന്യയതി എന്ന പുണ്യാത്മാവിനൊപ്പം എന്റെ ജീവിതത്തിന്റെ നല്ലൊരു പങ്ക് ചെലവഴിക്കാൻ കഴിഞ്ഞതിനെപ്പറ്റിയുള്ള എളിയ ഓർമ്മകളാണ് ഈ പുസ്തകം.

കൗമാരത്തിലേക്കു ചുവടുവെയ്ക്കുന്ന പ്രായത്തിലാണ് ഞാനൊരു അന്തേവാസിയായി ഗുരുകുലത്തിൽ എത്തുന്നത്. പടച്ചവൻ മണ്ടത്തരങ്ങൾ മാത്രം നിറച്ചുവെച്ച എന്റെ തലയിൽ ബുദ്ധിയുടെ ഇത്തിരിവെളിച്ചം നിറച്ചുതന്ന്, ഒരു പിതാവിനേക്കാൾ കൂടുതൽ സ്നേഹിച്ച്, ലാളിച്ച് എല്ലാ സ്വാതന്ത്ര്യവും അനുവദിച്ചുതന്ന്, ഒരു മകൾക്കുവേണ്ട എല്ലാ ഉത്തരവാദിത്തങ്ങളും ചെയ്തു തന്ന എന്റെ പ്രിയഗുരു തന്നെയാണ് ഇന്ന് എന്റെ ജീവിത വെളിച്ചം. മഹർഷിയുടെയും ഗൃഹസ്ഥാശ്രമിയുടെയും സാത്വികതയായിരുന്നു ഞാനവിടെ പഠിച്ചത്. പെയ്തിറങ്ങുന്ന മഞ്ഞിന്റെ സ്നിഗ്ദ്ധത പോലെ.

വാത്സല്യനിധിയായ കുടുംബ മിത്രം ഡോ. കെ.എസ്. കൃഷ്ണകുമാർ സാറാണ്, ഗുരുവിനെപ്പറ്റി എഴുതാൻ പ്രേരണ ചെലുത്തിയത്.

എഴുതാൻ തുടങ്ങിയപ്പോൾ ഗുരു, എന്റെ പേനത്തുമ്പിൽ നിലാവും മർമ്മരങ്ങളും നിറഞ്ഞ അനുഭവങ്ങൾ പറഞ്ഞുതരുകയായിരുന്നു.

പ്രിയപ്പെട്ട മംഗളടീച്ചർ അവസാനംവരെ ഇതൊന്നു പൂർത്തിയാക്കാനുള്ള ശ്രമങ്ങളിൽ എന്നോടൊപ്പം ഉണ്ടായിരുന്നു.

ഫേസ്ബുക്ക് വഴി പരിചയപ്പെട്ട, ഒരിക്കൽപോലും കണ്ടി ട്ടില്ലാത്ത, ഞാൻ സ്വന്തം ഏട്ടനെപോലെ സ്നേഹിക്കുന്ന

അജിത്തേട്ടനാണ് (അജിത് നീലാഞ്ജനം) എഴുതാനുള്ള കഴിവ് എനിക്കു ബോദ്ധ്യപ്പെടുത്തിത്തന്നുകൊണ്ട് എന്നെ പ്രവാസിശബ്ദത്തിനു പരിചയപ്പെടുത്തുന്നത്.

ശേഷം എം.ജി. രാധാകൃഷ്ണൻ സർ പ്രവാസിശബ്ദത്തിൽ എന്നെ ഏറ്റെടുക്കുകയായിരുന്നു. ഒരു മകളോടെന്നപോലെ അദ്ദേഹം ശകാരിച്ചും തിരുത്തിയും കാര്യങ്ങൾ പറഞ്ഞു മനസ്സിലാക്കിയും എഴുതുന്നതിനുവേണ്ട ആത്മധൈര്യം പകർന്നുതന്ന് ഗ്രീൻബുക്സിൽ എത്തിക്കുകയായിരുന്നു.

സ്നേഹപൂർവ്വംഎന്റെ ഈ കുറിപ്പുകൾ ഏറ്റുവാങ്ങിയ ഗ്രീൻബുക്സിന്റെ മാനേജിംഗ് ഡയറക്ടർ ശ്രീ. കൃഷ്ണദാസ് സാറിനോടും എനിക്കുള്ള നന്ദി. ഒപ്പം.

ഗ്രീൻബുക്സിന്റെ പബ്ലിഷിക്കേഷൻ മാനേജർ സ്നേഹലതയുടെ ആസ്വാദനം എന്റെ നിറുകയിൽ വച്ചുതന്ന വാത്സല്യമായിരുന്നു.

കൃഷണദാസ് സാറിന്റെയും സ്നേഹയുടെയും അഭിപ്രായം തന്നെയാണ് എന്റെ എഴുത്തിനു കിട്ടിയ ഏറ്റവും വലിയ പ്രശംസ. ഞാനതിന് അവരോടു കടപ്പെട്ടിരിക്കുന്നു.

ഹൃദ്യവും ധ്യാനാത്മകവുമായ വരികളിൽ ആത്മാവിൽതൊട്ട് എന്റെ ആത്മമിത്രം ഷൗക്കത്തേട്ടൻ എഴുതിയ അവതാരികയും ഈ പുസ്തകത്തെ ധന്യമാക്കിയിരിക്കുന്നു.

ഗുരുകുലജീവിതത്തിലെ ഏറ്റവും പ്രധാനപ്പെട്ടതും എന്റെ ഹൃദയത്തെ നൊമ്പരപ്പെടുത്തിയതുമായ ചുരുക്കം ചില കാര്യങ്ങൾ മാത്രമാണ് "ഗുരുഹൃദയം" എന്ന ഈ പുസ്തകം.

സുഗതപ്രമോദ്

അനുബന്ധം

ആശ്രമത്തിലെ ഔദ്യോഗിക ജീവിതം

വാത്സല്യം

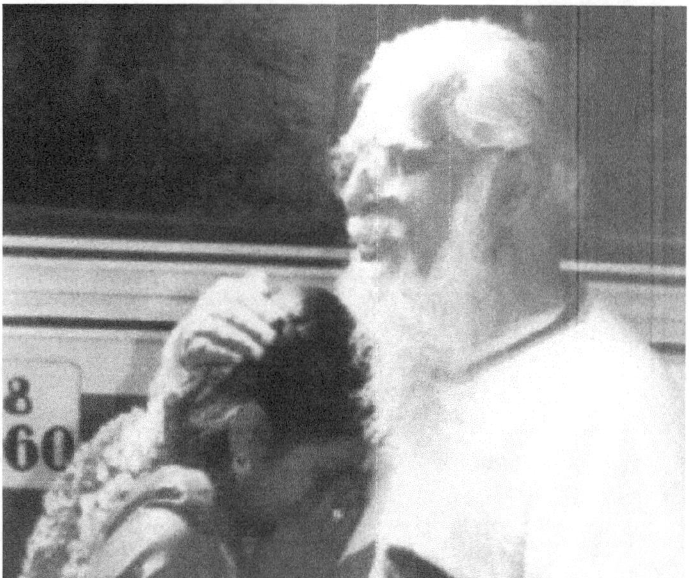

വാത്സല്യം

വിവാഹം

ഷൗക്കത്ത്, സുഗത, പ്രമോദ്

‘ലോകത്തിന് ഒരോർമ്മക്കുറിപ്പ്’
ഗുരു പ്രമോദിനെകൊണ്ട് വരപ്പിച്ച ചിത്രം